அறப்போர்

கா. ந. அண்ணாதுரை

Title: Arappor

Author: C. N. Annadurai

Language: Tamil

First Published on: 1946

Year of Publication: 2024

Book Format: Paperback

*Page Size: 6inch * 9inch*

Category: Essays

Subject: Political Essays

No. of pages: 74

ISBN: 978-81-988143-1-9

Published by: Nilan Publishers, Madurai, Tamilnadu, India

பொருளடக்கம்

அறப்போர்...4

அறப்போருக்கு அழைக்கிறார்!..14

இந்தியின் நிலைமை...36

அன்னைத் தமிழை மீட்டு வாகை சூடுவோம் வாரீர் !..............50

இன்பத் திராவிடத்தில் அந்நிய ஆதிக்கம் வளரவிடோம் !......66

குறிப்புகளுக்காக

அறப்போர்

தமிழ்நாட்டில் இந்தி கட்டாய பாடமாக இருக்க வேண்டுமென்று கருதுபவர்கள் தங்களுடைய தவறை உணரும்படி செய்வதும் இன்றியமையாததாகும்.

வட இந்தியருள்ளும் ஒரு சிறு பகுதியினரால் மட்டும் பலப்பல மாறுதல்களுடன் பேசப்படுவதும், இற்றைக்கு 500ஆண்டுகளுக்குள்ளாகவே சமஸ்கிருதம், உருது முதலான மொழிகளிலிருந்து எடுக்கப்பட்ட சில எழுத்துக்களையும், சொற்களையும் கொண்டு உண்டாக்கப்பட்டதும், பழைய அறிவு நூற்செல்வம் இல்லாததுமான ஒரு கலப்புச் சிதைவு மொழியாகிய இந்தி மொழியை இவ் இந்தியா முழுவதுக்கும் பொதுமொழியாக வைத்துவிடலாம் என்பது ஒரு சிலரின் நோக்கம். இவ்வாறான ஏழை மொழியாகிய ஒரு புது மொழியை இந்தியாவிலுள்ள எல்லாப் பள்ளிக் கூடங்களிலும் கட்டாய பாடமாக்கி அதனை இந்தியாவிற்கே ஒரு பொது மொழியாக்கிவிடலாம் என்று நினைந்து, அத் துறையில் பெருமுயற்சி எடுத்துக்கொண்டிருக்கும் சில தலைவர்கள் நாம் கீழே தரும் வினாக்களுக்குத் தக்க சான்றுகளுடன் விடைகள் அளித்த பின்பே அவர்கள் அதனை நம் மக்கட்குக் கட்டாயப்படுத்தும் பெரு முயற்சியில் ஈடுபட வேண்டுமாய் விண்ணப்பித்துக் கொள்கின்றோம்:— தமிழ்நாடல்லாத வேறெந்த நாட்டிலாவது அவர்களின் தாய்மொழியை நீக்கி வேறொரு அயல் மொழியைக் கட்டாய பாடமாக வைத்துக் கற்பிக்கப்படுகின்றதா? அங்ஙனமாயின் எந்த நாட்டில், எம்மொழி என்பதைத் தக்க சான்றுகளுடன் விளக்கிக் காட்டுக!

இந்தி மொழியை இந்தியா முழுவதுக்கும் பொது மொழியாக்குவதினின்றும் மக்களிடையேயுள்ள பிளவுகள்

நீங்கி ஒற்றுமை உண்டாக்கும் என்னும் கூற்றுக்கு யாதாயினும் சான்று காட்டி அதனை மெய்ப்பிக்க முடியுமா?

ஒரு மொழியையே பேசும் ஒரு நாட்டவரிடையே பலவகைப்பட்ட பிளவுகளும், சச்சரவுகளும் காணப்படும் நிலைமையில், பல மொழிகளைப்பேசும் பல நாட்டவரையும் ஒரு பொது மொழி கற்பதனால் ஒற்றுமையாக்கி விடலாமென்று கருதிப் பாடுபடுவது "உமி குற்றிக் கை சலித்த பான்மையாக முடியுமல்லது அதனால் யாதும் பயன் விளையுமென்று சொல்ல முடியுமா?

இப்போது ஒரு மொழியையே (ஆங்கிலத்தையே.) பொதுமொழியாக வைத்துப் பேசிவரும் இங்கிலாந்து, அயர்லாந்து, ஸ்காட்லாந்து ஆகிய மூன்று தீவுகளிலுமுள்ள கலேகாற்கோடி மக்களுள்ளும் பிளவுகளும், சச்சரவுகளும் இல்லாமலா இருக்கிறது?

இந்தியாவில் உள்ளவர்களில் மூன்றில் இரண்டு பகுதி வினரால் அதாவது 25 கோடி மக்களால் இந்திமொழி பேசப்பட்டு வருகின்ற தென்னுங் கூற்றுக்குத் தக்க ஆதாரங்களுடன் எந்த ஆண்டிலாவது எடுக்கப்பட்ட

இந்தியக் குடிக்கணக்கின்படி புள்ளி போட்டுக்காட்ட முடியுமா? அல்லது இப்பெரும் பொய்யை மறைக்கும் ஆற்றலாவது எவருக்கேனும் உண்டா?

இப்போது சற்றேறக் குறைய 16 கோடி மக்களாற் பேசப்படுவதும், உலகப் பொதுமொழியெனச் செல்வாக்குப் பெற்றுத் திகழ்வதும், கடந்த 150 ஆண்டுகளாக. இந்தியா முழுவதிலும் உள்ள எல்லா வகை அலுவல் நிலையங்களிலும் வைத்து வழங்கப்பட்டு வருவதும் ஆன ஆங்கில மொழியின் உதவி கொண்டே நம் நாட்டு மக்கள் ஒருவருடன் ஒருவர்

கலந்து பேசி அளவளாவ முடியாத நிலைமையில்--ஒருவர் ஆங்கிலத்தில் பேசினால் அதன் பொருளை அறிந்துகொள்ள முடியாது திகைக்கும் ஆயிரக்கணக்கான தமிழ் மக்கள் காணப்படும் இந்த நிலைமையில்--இனிப் புதிதாக ஒரு பொதுமொழியைக் கற்று அதன் வாயிலாக இந்தியமக்கள் அனைவரும் ஒருவருக்கொருவர் அளவளாவி ஒற்றுமையுடன் இனிது வாழலாம் என்று கருதுவது யாங்கஙனம் இயலும்?

நம் இந்திய மக்கள் நூற்றுக்கணக்கான ஆண்டுகளுக்குத் தொடர்ந்து இந்தி மொழியைக் கற்றுக் கொண்டாலும், அதன் உதவிகொண்டு இப்போதைய நிலையைப் பார்க்கிலும் ஒரு கடுகளவாவது உயர்ந்து செல்ல இடம் உண்டாகுமா? அல்லது இந்தி மொழியில் உயர் நிலையை அடைய வழிகாட்டும் ஏதொரு நூலாவது உண்டா? அங்ஙனம் உளதாயின், அந்நூலின் பெயர்தான் யாதோ?

நமது செந்தமிழ் மொழியின் பழைமை, இளமை, இனிமை முதலிய மேதக்க பெருமைகளையும், அம்மொழியின்கண் மிளிரும் ஒப்புயர்வற்ற விழுமிய கருத்துக்களோடு கூடிய அரும்பெரும் நூல்களையும், 7000, 8000 கல் தொலைவிற்கு அப்பால் உள்ள மேனாட்டு ஆங்கிலேயர், ஜர்மானியர் முதலான மக்கள் பேசியும் கற்றும் வருதலோடு, தத்தம் மொழிகளிலும் அந்நூல்களை மொழிபெயர்த்து, விளக்கவுரைகளும் எழுதி, அவற்றிற்குத் தக்க பெருமை அளிக்கும் போது, நமக்கு மிக நெருங்கிய தொடர்புடையவர்களான 400, 500 கல் தொலைவிலிருக்கும் நம் வட இந்தியர்கள் மட்டும் நம் மொழியையோ அல்லது அதன்கண் உள்ள நூல்களையோ ஒரு சிறிதும் கண்ணேறெடுத்துப் பாராமல் இருப்பதன் காரணம், அவர்களுக்கு நம்மீதும், நம் மொழியின் மீதும், நம் மொழியின்கண் உள்ள சிறந்த நூல்களின் மீதும் உள்ள அழுக்காறும், மனக்காழ்ப்பும், பொறாமையுமேயல்லாது

வேறு ஏதாவது காரணம் இருக்கிறதாகக் கூற எவருக்கேனும் நாவெழுமா?

இந்திய நாட்டின் ஒரு பகுதியினரான வடவர்களுக்கே, நம் மீதும், நம் மொழியின் மீதும் நல்லபிப்பிராயம் இல்லாமல் இருக்கும்பொழுது, நாம் மட்டும் அவர்களுக்கு நன் மதிப்புக் கொடுத்து அவர்கள் மொழியைக் கட்டாயமாகக் கற்கவேண்டுமென்று நம் நாட்டு தலைவர்களிற் சிலர் இப்போதும் மடிகட்டி நின்று பிடிவாதஞ் செய்வதன் பொருள் தான் யாதோ?

தென்னாட்டவர்கள் இந்தி கற்றுவிட்டால் வடநாடு சென்று உத்தியோகம் பார்க்க வசதியாய் இருக்குமென்று சிலர் கூறுகின்றனர். அங்ஙனமாயின், இப்போது வடநாட்டிலுள்ள இந்தி கற்ற அத்தனைபேரும் உத்தியோகத்தில் அமர்ந்துதான் இருக்கிறார்களா? வட இந்தியாவில் வேலையில்லாத் திண்டாட்டம் என்பது அறவே இல்லையா?

தென்னாட்டில் இந்தி இயக்கம் தொடங்கியதிலிருந்து வடநாட்டிலுள்ள பலர், தென்னாட்டவர்கள் இந்தி கற்றுவிட்டால், அவர்கள் நம் நாட்டுக்கு வந்து உத்தியோக வேட்டையாட முயல்வார்களே, அப்போது எங்கள் பாடு திண்டாட்டமாய் முடியுமே என்ற கிளர்ச்சியைச் செய்து வருகிறார்களாமே! அது உண்மையா, அல்லது பொய்யா?

தமிழ் மக்கள் இந்தி கற்றுக்கொண்டாலும், கற்றவர்களில் நூற்றுக்கு எத்தனை பேருக்கு வடநாட்டில் உத்தியோகம் கிடைக்கும்?

இஞ்ஞான்றைத் தமிழ் மக்கள் பலர் பெங்களூர், மைசூர், சிகந்தரா பாக்கம், புனா, பம்பாய், கல்கத்தா, கராச்சி, காசி, காக்கிநாடா, நெல்லூர் முதலான வட இந்தியாவின் பற்பல

ஊர்களிலுஞ் சென்று, அங்கு தம் வாணிக வாழ்க்கையிற் சிறப்பெய்தி இருக்கின்றனரே! இம் மேலே குறிப்பிட்ட ஊர்களில் வைகி வாழ்ந்துவரும் நந்தமிழ்மொழி பேசும் தமிழ் மக்கள் எல்லோரும் தமக்கு ஒரு பொதுமொழி இல்லாததனால், தாம் நடாத்தும் வாணிக வாழ்க்கைக்கு ஏதேதோ இடையூறுகள் ஏற்படுவதாகவும், அதனால் தமக்கும் தாம் சென்று உறையும் ஊர்களிற் இருப்பவர்கட்கும் பொதுமொழியாக இந்திமொழியை ஆக்கி உதவவேண்டுமென்றும் முறையிட்டு விண்ணப்பித்துச் கொண்டார்களா?

அல்லது வடஇந்தியாவின் பற்பல பகுதிகளின் பற்பல மொழிகளைப் பேசுபவர்களான பெருந்தொகை மக்கள் நந்தமிழ் நாட்டின்கண் உள்ள பற்பல ஊர்களிலும் வந்திருந்து வாணிகம் முதலான தொழில்களைச் செய்கிறார்களே! அவர்களாவது தங்களின் வாணிக வாழ்க்கைத் துறைகளிற் பயன்படுத்திப் பேசுவதற்காக இந்தியைப் பொதுமொழியாக்கி உதவ வேண்டுமென்று கேட்டுக்கொண்டார்களா?

இங்ஙனம் தென்னாட்டிலிருந்து வடநாடு சென்று உறையும் தமிழராவது, அல்லது வடநாட்டிலிருந்து தென்னாடு வந்து வாழும் வடவர்களாவது, தங்கள் இருசாராருக்கும் பொதுவாக இந்தியைப் பொதுமொழியாக்கித் தருதல் வேண்டுமென்று கேட்டுக்கொண்டார்கள்; அதற்காகவே தான் "நாங்கள்" இந்தியைப் பொதுமொழியாக்க முயன்று வருகின்றோம் என்பதாக நாளதுவரை எந்த இந்தி இயக்கத் தலைவர்களாவது கூறவில்லையே ! மற்று அத் தலைவர்கள் இந்தி மொழியைப் பொதுமொழியாக்கினால் இந்திய மக்களுக்கு நன்மைகள் பல உண்டாகுமென்று தங்கள் கருத்திற்பட்டதாகவும், அதனாலேதான் தாங்கள் இந்தியைப் பொதுபொழியாக்க முயன்று வருவதாகவுந்தானே கூறினார்கள்--கூறுகின்றார்கள். இதனால் இத்தலைவர்களின் இவ்வொரு செயலானது

பொதுமக்களின் விருப்பத்திற்கு முற்றிலும் மாறுபட்ட வேண்டாக்கிளர்ச்சி என்பது புலப்படவில்லையா?

இவ்வாறாக எவராலும் விரும்பி வேண்டிக் கேட்டுக் கொள்ளப்படாத, ஒரு பயனுமற்ற கிளர்ச்சியாகிய இந்தி கட்டாயக் கல்வி முறையைத் தோழர் முத்துரங்கம் போன்றார் சிலர் தம் தலைமீது தூக்கிச் சுமந்து திரிவதன் காரணம், அவர்களுக்கு இதுபோன்ற பயனற்ற துறைகளில் இறங்கித் தம் காலத்தையும், முயற்சியையும், பொதுமக்களின் பணத்தையும் செலவு செய்வதைத் தவிர, மக்களுக்கு நன்மைகள் ஏற்படக்கூடிய வேறு துறைகளில் இறங்கிப் பாடுபடுவதற்குரிய ஆற்றலும், ஆர்வமும் இல்லையென்று கருதுவதா, அல்லது அவர்களின் போக்கை வேறு வகையில் நினைத்து அழுவதா ?

இனி, தாய்மொழியாகிய தமிழைப் படியாதவர்கள் நூற்றுக்குத் தொண்ணூறு பேருக்குமேல் காணப்படும் இந்த இரங்கத்தக்க நிலைமையில், இந்தியைக் கட்டாய பாட மாக்குவோம் என்று கங்கணம் கட்டி நிற்கும் தமிழ் மக்கள் சிலரின் ஒரு செயலை நோக்குமிடத்து, அது "தாய் தஞ்சையில் தன் கைப்பிச்சை எடுக்கத், தனயன் குடந்தையில் கோவிகை புரிந்தது" போலுமன்றோ இருக்கிறது! என்னே, இவர்களது அறிவுடைமை! தாய் மொழியை விடுத்துப் பிறமொழி கோடல் பெருமையாகுமா?

பெரியீர்! நம்மை அடுத்த ஆந்திர (தெலுங்கு) நாட்டை நோக்குங்கள். அம்மொழியின் ஆக்கத்தை அறியுங்கள். அவர்களின் பேச்சுக்களையும், எழுத்துக்களையும் பாருங்கள். மொழிக்காகச் செய்யும் முயற்சியை நோக்குங்கள். அவர்கள் இப்போது *Andhra University* என்ற பல்கலைக்கழகம் ஏற்படுத்தி, அதில் தெலுங்கு மொழியைக் கட்டாயக் கல்வியாக வைத்துக் கற்றுத் தேர்ச்சியடைய ஏற்பாடு செய்து வருகிறார்கள். மலையாளத்திலும் *Kerala University* என்ற

பல்கலைக் கழகம் ஏற்படுத்தி, மலையாள மொழியையும் நன்கு பயின்று வருகின்றனர். இங்ஙனமே வங்க (Bengal) நாட்டைக் காணுங்கள். அவர்கள் தங்கள் மொழிக்காகக் கைக்கொண்ட முயற்சியைக் கேளுங்கள். வங்க இளைஞர்கள் தாய்மொழியைக் கங்கணம் கட்டிக் கொண்டு காத்தார்கள். உடல்,பொருள், உயிர் அனைத்தையும் அந்நாட்டு மக்கள் தங்கள் மொழிக்காகத் துறந்தார்கள். அதனால், அவர்கள் தாய்மொழி சிறப்புற்று இலங்குகிறது; சீர்பெற்றுத் திகழ்கிறது. "உழைப்பின் வாரா உறுதிகள் உளவோ?" இங்ஙனம் தமிழரல்லாத ஒவ்வொரு மொழி பேசுவோரும், தத்தம் மொழிகளையே முதன்மையாகக் கற்றுத் தேர்ந்து முன்னேற்றமடைய வேண்டுமென்ற பெரு முயற்சி செய்துவர, அவ்வறிவுடையோர்களைப் பார்த்தாயினும் அறிவுபெறாது, ஒரு முயற்சியும் இல்லாமல், இந்தியைக் கட்டாய பாடமாக்குவதால் வரும் இன்னல்கள் எவை என்று தமிழை இகழ்ந்து பேசிக் கொண்டு வறிதே காலங்கழிக்கும் தோழர் முத்துரங்கம் அவர்கள் போன்றாரைத் தமிழர் என்று அழைப்பதா? தமிழுக்குக் கேடு சூழும் தமிழ் மொழிப் பகைஞர் என்று அழைப்பதா? கூறுமின்கள்! தாய்மொழிப் பற்றே தாய் நாட்டுப் பற்றென்பதை உணராது, தான் தோன்றித் தம்பியான்களாய்த் தடுமாறித் திரியும் தமிழ் மக்கள் சிலரைப் பார்த்து வருந்துவதைவிட வேறு என்ன செய்ய இயலும்?

இனித், தாய்மொழிப் பற்றே தாய்நாட்டுப் பற்றென்பதை நன்குணர்ந்த கவிமன்னராகிய இரவீந்திரநாதர் "கீதாஞ்சலி" என்னும் உலகம் போற்றும் ஒரு நூலை முதல் முதலில் தம் தாய்மொழியாகிய வங்கத்திலன்றோ யாத்தார். உலகமறிந்த பெரியாராகிய பாலகங்காதர திலகர் தாம் அருளிச்செய்த "கீதா ரகசியம்" என்னும் நூலைத் தம் தாய் மொழியாகிய மகாராஷ்டிரத்திலன்றோ வெளியிட்டார். இந்திமொழி இந்தியாவிற்குப் பொது மொழியாக வேண்டு மென்று பாடுபட்டவருள் தலை சிறந்தவரான காந்தியடிகள் தமது "வரலாற்றைத் " தம் தாய்மொழியாகிய கூர்சரத்திலன்றோ எழுதிக்காட்டினார். மேலே குறிப்பிட்ட மூவரும்

ஆங்கிலத்தில் நிரம்பிய புலமை பெற்றவர்கள். அவர்கள் எழுதும் ஆங்கிலத்தின் அழகான நடையை ஆங்கிலேயரே போற்றி மகிழ்கின்றனர். இப்பெரியார்களின் வாழ்வுஞ்செயலும், பிறவும் உலகுக்கு எடுத்துக்காட்டாக *(Example)* நின்று துணை செய்கின்றன. தாய்மொழிப் பற்றே தாய்நாட்டுப் பற்றென்பதை அவர்கள் தெள்ளிதில் உணர்ந்தே தாய்மொழிக்கு ஆக்கந் தேடினார்கள்.

இந்தி மொழியைத் தமிழ் நாட்டில் கட்டாய பாடமாக கினால் தமிழ்மொழி தன் சிறப்பை இழந்து விடுமென்பதையும், தமிழ் மக்கள் தம் தாய்மொழியாகிய தமிழை மறந்து விடுவார்கள் என்பதையும், நம் தமிழ்ச் சகோதரர்கள் நன்குணர்ந்து தமிழ்நாட்டுக்கும் தமிழ்மொழிக்கும் ஆக்கந் தேடுவார்களாக! தமிழரையும், தமிழ் மொழியையும் தாழ்த்தும் பொருட்டும், இந்தி பேசும் நாட்டவரையும், இந்தி மொழியையும் உயர்த்தும் பொருட்டும், ஒரு சில சுயநலமிகள் செய்துவரும் சூழ்ச்சிகளை உணராது நம் தமிழ் மக்களிற் பலர் அவற்றை மெய்யெனக்கொண்டு தம்மையும், தம் அருந் தமிழையும் இழிவுபடுத்தி, ஐயகோ! ஏமாந்து போகின்றனரே! இனியேனும் அவர்கள் அப் பொய்ம்மையை உணர்ந்து தமக்கும், தம் தாய்மொழிக்கும் ஆக்கந் தேடுவார்களாக!

இப்போது ஆயிரக்கணக்கான வட இந்தியர்கள் தமிழ்நாட்டின் பல பகுதிகளிலும் புகுந்து வாணிகம் முதலிய தொழில் முறைகளினால் பெரும் பொருள் சேர்த்துக் கொண்டுபோவது யாவரும் அறிந்ததே. இந்த நிலைமையில் இந்தியும் பொது மொழியாக மாறிவிட்டால் ஆயிரக்கணக்கானவர்கள் இலட்சக்கணக்காகப் பெருகி வந்து இன்னும் பெரும் ஊதியத்தைப் பெற்றுப்போவதற்கு எளிதாய் இருக்குமென்று நினைக்கிறார்கள் போலும்! ஆம், ஆம்! ஒரு சாரார் நீங்கிவிட்டால், தமிழ் நாட்டவர்கள் வியர்வை வடியத் தேடிய பொருளைக் கவர்ந்து செல்வதற்கு இன்னொரு சாரர் முன் எச்சரிக்கையாகவே "ஆரியக் கூத்தாடினாலும் காரியத்திலேயே

கண்" என்ற பழமொழிப்படி, அதற்குரிய ஏற்பாடுகள் எல்லாம் செய்யவேண்டுமல்லவா? தமிழர்கள் ஏமாந்த சோணகிரிகள் என்று அறிந்தவர்கள் என்னதான் செய்யமாட்டார்கள்!

தமிழ் அன்பர்களே! பொன் விலங்கைக் கழற்றி இருப்பு விலங்கை மாட்டிக்கொள்வதுபோல் ஒரு சாராரின் அடிமைத்தனத்தில் நின்றும் விடுபட்டு, இன்னொரு சாராருக்கு அடிமைத்தனமாகும் "பிறப்புரிமை எங்கள் அடிமைத்தனம்" என்னும் இழிந்த நோக்கத்தை மாற்றி, "நாங்களும் மக்கட் கூட்டத்தவர்தான்--எங்களுக்கும் பகுத்தறிவு இருக்கின்றது.--நாங்களும் பிற நாட்டினரைப் போன்று தனித்து நின்று எங்கள் வாழ்க்கையை நடத்தும் ஆற்றலும், வீரமும் உள்ளவர்கள்தான்--நாங்களும் வடநாட்டில் ஆயிர மன்னரையும் ஒருங்கே கங்கை நதிக்கரையில் புறமுதுகிட்டோடச் செய்த செங்குட்டுவன் பெருமைக்கு உரியதாய் அமைந்த தமிழ் வீரர்தான்" என்ற உயர்ந்த நோக்கத்தோடு கூடிய உணர்ச்சி நரம்புகள் தமிழ்ப்பாலுண்ட உங்கள் உடம்புகளில் ஓடிக்கொண்டிருக்குமாயின், இந்தி மொழியைக் கட்டாயபாடமாக்க வேண்டுமென்று கூச்சலிடுகிறவர்களது சுயநல ஆரவாரத்துக்குத் தக்க அறிவாப்புக் கொடுத்துத் தமிழ்மொழியைக் கட்டாய பாடமாக்கும் பெருஞ்செயலை மேற்கொள்ளுங்கள்! இல்லையேல், நீங்கள் உங்கள் வாழ்க்கையின் பின் உங்கள் வழித்தோன்றும். தமிழ்ச் சிறார்க்கு மாபெருங்கேடு அடிகோலி வைத்தவர்களாவீர்கள். அவர்கள் "நாங்கள் தமிழரோ அல்லது வேறு இனத்தவரோ" என்று நினைக்கும் நிலைமையில் கலங்குவார்கள்.

இப்போது ஆங்கிலம் ஒன்றாலே நமது தமிழ்மொழி எவ்வளவு சீர்குலைந்திருக்கிறதென்பதைப் பாருங்கள்.நாட்டுப்புறங்களில் இருப்பவர்கள்கூடத் தாம் பேசும்பொழுது ஆங்கிலச் சொற்களை வலிந்து பொருத்திப் பேசிவிடுகின்றனர். எடுத்துக்காட்டாக "இன்று காப்பி *(coffee)*

பஸ்டாய் *(first)* இருந்தது", "உனக்குக் கொஞ்சங்கூட யுசென்ஸ் *(sense)* இல்லை", "ப்ளீஸ் *(please)* ஜானகி இந்தப் பென்சிலை *(pencil)* மெண்ட் *(mend)* பண்ணித்தா" என்றெல்லாம் பேசுவது கண்கூடு. இந்த நிலைமையில் இந்தியும் பொதுமொழியாக மாறிவிட்டால், நம் தமிழ்மொழி என்னவாகும் என்பதைச் சற்றே உணர்ந்து பாருங்கள்!

அறப்போருக்கு அழைக்கிறார்!

அறப்போருக்கு அழைக்கிறார்! ஆகாத இந்தியை நுழைக்கிறார், ஆணவத்தைத் துணையெனக் கொண்டவர்களின் சதிப் பேச்சிலே மயங்கி, அவினாசியார், கட்டாய இந்தியை நுழைக்கிறார், களம் வா தமிழா! என்று அழைக்கிறார். கல்லறை இருக்கிறது சென்னையில்! மொழிப் போரில் உயிர்நீத்த உத்தமர்களின் கல்லறை!

காளைகள் பலர், பலப்பலர் உள்ளனர், கட்டாய இந்தியை எதிர்த்துக் கடுஞ்சிறை சென்று, கல் உடைத்தவர்கள், செக்கும் இழுத்தவர்கள், சமையலறையிலிருந்து நேரே சிறை நோக்கிச் சென்ற சீலமிகு செந்தமிழ்த் தாய்மார்கள் உள்ளனர்!

சிறையிலே, தாயுடன் இருந்து, குழந்தை பருவத்திலேயே சிறைக்கஞ்சாராகி வளர்ந்த குழந்தைகள், சிறுவர் சிறுமியராக உள்ளனர்.

காவி அணிந்தோர்.... கலை பயின்றிருந்தோர் காடு, கழனி உழுதுகொண்டிருந்தோர் அனைவரும், களம் வந்தனர்--அற்ப மென்போம் அந்த இந்தி தன்னை; அதன் ஆதிக்கம் தன்னை வளரவிடோம்!' என்று முழக்கமிட்டுக் கொண்டு.

ஆசிரியர் திருமலைசாமியும், அஞ்சா நெஞ்சுடைய அழகர்சாமியும், தமிழர் பெரும்படையை நடத்திவந்தனர். சென்னைக் கடற்கரை தமிழரின் இல்லமாகிவிட்டது. பாரதியார் பரணி--விசுவநாதர் வீரமுரசு ஒலிக்கும் இடமாகிவிட்டது. திருமண வீட்டு அழைப்புபோல, சென்னைத் தாய்மார்கள், தெருத்தெருவுக்கும் சென்று, செந்தமிழைக் காப்பதற்குச் சேனை ஒன்று தேவை!' என்று சிந்து பாடினர். பெரியார் பெரும்படை உருவெடுத்தது.

டாக்டர் தருமாம்பாளம்மையார், மலர்முகத்தம்மையார், பண்டிதை நாராயணியம்மையார், மூவலூர் இராமாமிருதத்தம்மையார், கிளம்பினர்--பவனி வந்தனர், செந்தமிழ்நாட்டில். இவைகள் எல்லாம், கனவில் கண்ட காட்சிகளோ என்று எண்ணிட வேண்டிய விதமாக, ஆண்டு சில சென்று விட்டன. அறப்போர் நடாத்தியதால் கிடைந்த ஆர்வம், அடியோடு மறைந்து போய்விட்டால் என்ன செய்வது என்ற அச்சம்போலும், அன்பர் அவினாசியாருக்கு ஆகவேதான்--அறப்போருக்கு அழைக்கிறார். இந்தி இஷ்ட பாடந்தான் தமிழகத்தில் என்றார்--அவர்மீது சிலர் சீறினர்--உடனே அமைச்சர் மாறினார்---இங்கும் இந்தி கட்டாய பாடந்தான் என்று கூறுகிறார்--தமிழரைத் அச்சரென்றெண்ணி, வலிய வம்புக்கு நிற்கிறார். அறப்போர் நடாத்தும்படி அழைக்கும் அவினாசியாருக்கு, அந்த நாள் நிகழ்ச்சிகள் அவ்வளவாகத் தெரியாது. ஆச்சாரியார் அறிவார் அனைத்தும்--ஆனால் அவருக்கோ நேரம் இராது, அவனாசியாரிடம் பேச--சீனத் தூதருடன் சிற்றுண்டியும், நேபாளத் தூதருடன் விருந்தும், திபேத்திய கன்னியரின் திரு நடனமும், நிஜாம் தூதருக்குப் பேட்டியும் தரவே, அவருக்கு நேரம் போதாது--நினைப்பிலே திடீர் நடுக்கம் கொள்ளும். அவினாசியாரிடம், பழங்கதை பேச நேரம் எப்படிக் கிடைக்கும்!

விஷயம் தெரியாததாலும், நிலைமை புரியாததாலும், அமைச்சர், இந்த ஆகாத திட்டத்தைப் புகுத்துகிறார்--அறப்போருக்குத் தமிழரை அழைக்கிறார்.

தமிழர், அவினாசியாரின் அழைப்பை ஏற்றுக்கொள்ளத் தயங்கப்போவதில்லை! தமிழர் அறப்போர் புரிய, என்றுமே தயங்கினதில்லை--சேரன் செங்குட்டுவன் காலத்திலிருந்தே, தமிழர் தயங்கினதில்லை, தமது மொழிக்காகப் போரிட. தமிழர், தமது மொழி மூலம் கிடைக்கும் வாழ்க்கை வழியின் மேம்பாட்டினை நன்கு அறிவர்-- எனவே தான், அந்த

மொழிக்கு இழுக்கு வருகிறதென்று தெரிந்தால், கூட்டினை விட்டு வெளிக் கிளம்பும் சிங்கங்களாகின்றனர். இம்முறையும் சரி, அறப்போர் புரியத் தமிழர் அஞ்சப்போவதில்லை. அந்த நாளில் தமிழருக்கும், தமிழ் மொழியைக் குலைக்கும் காங்கிரஸ் கட்சியினருக்கும் இருந்த நிலையும், இன்றுள்ள நிலையும் தமிழர் நன்கு அறிவர். அன்றும் ஆட்சிபீடத்தில் நாம் இல்லை.

இன்றும் ஆட்சிப்பீடத்தில் நாம் இல்லை.

அன்று, தமிழ்மொழிக்குப் படை திரட்டி, வெற்றி காண அறப்போர் தொடுத்தோம்.

இன்றும் தொடுப்போம்! தமிழரின் உள்ளம் பண்பட்டுள்ள இப்போது, அறப்போர் முன்பிருந்ததைவிட, மும்முரமானதாக இருக்கும். தமிழரின் வீர வரலாற்றுச் சுவடியில், மேலும் சில இதழ்கள் சேர்ப்போம்--பொன் எழுத்துக்கள் பொறித்திட சீமானுமல்ல, பூமானுமல்ல நாம் செங்குருதியால் எழுதிக் காட்டுவோம். செந்தமிழைக் காத்திட அறப்போர் நடாத்தும் செய்தியை. அவினாசியாருக்குக் கூறுகிறோம், உமது அறைகூவல் ஏற்றுக்கொள்ளப்படும்--அறப்போர் துவக்கப்படும் என்று. கடமையைச் செய்வதிலே எஃகு போன்ற உள்ளமும், நீதி வழங்குவதிலே துலாக்கோல் போன்ற மனோநிலையும், எளியோர் விஷயத்தில் இளகிய மனமும் இருத்தல்வேண்டும், ஒரு ஆட்சி பிறரால் போற்றப்பட வேண்டுமானால்.

ஆட்சியைப் பிடித்துக்கொள்ள ஆஷாடபூதி வேஷமிட்டு நின்று, நல்வாக்குக் கூறி, நான் உமக்கு ஊழியம் செய்யவே அனுமதி கேட்கிறேனே ஒழிய, ஊராளும் பதவியா கேட்கிறேன் என்று உள்ளம் உருக்கும் பேச்சுப் பேசி, பதவியில் அமர்ந்துகொண்டதும், தமக்கும் பதவிக்கும் ஏதோ

பரம்பரை பாத்தியதை இருப்பதுபோல எண் ணிக்கொண்டு, பிடி! அடி! சுடு! என்று பிதற்றிக்கொண்டு, யார் எத்தகைய நியாயமான விஷயத்தைச் சொன்னாலும், நீதிக்காக வாதாடினாலும் அவர்கள்மீது அடக்குமுறையை வீசி, அட்டகாச வாழ்வு நடாத்தியதால், அவதியுற்று அழிந்த பல ஆளவந்தார்களின் தொகுப்புநூல், சரிதம் ஆள வருவோருக்கு அற்புதமான வழிகாட்டி--எச்சரிக்கை--ஒரு வரலாறு--ஆனால், நமது ஆட்சியாளர்கள், நாள் தவறாமல் 'இந்தியன் பினல் கோடைப்' புரட்டிப் புரட்டிப் பார்த்து, யாரார் மீது என்னென்ன செக்ஷன் வீசலாம், எந்தெந்தப் பத்திரிகைக்கு ஜாமீன் கேட்கலாம், எங்கெங்கு தடை உத்தரவுகள் பிறப்பிக்கலாம் என்று படித்துத் தெரிந்து கொள்வதிலே அக்கரை காட்டுகிறார்களே தவிர, உலக வரலாற்றுச் சுவடியைப் படித்துத் தமது உள்ளத்தைத் திருத்திக்கொள்ள முயற்சிப்பவர்களாகக் காணோம்.

ஆச்சாரியார் ஆட்சி செய்துகொண்டிருந்தாரே, அன்று இருந்ததைவிட இன்று காங்கிரசுக்கு, பலம் அமோகமாக வளர்ந்திருக்கிறது என்பதை நாம் அறியாமலில்லை.- திருச்செங்கோட்டார், அன்று---இன்று, இந்தியாவின் கவர்னர்---ஜெனரல்! அறிவோம். இரண்டுக்கும் உள்ள தாரதம்மியமும் அறிவோம்.

ஆச்சாரியாரின் மருகர், பெர்லினில் விருந்துண்கிறார்---லண்டனில் பேசுகிறார்--- அறிவோம்---அதனால் அவர் ஆனந்தமடைவார்---அவருடைய இனத்தவர் பூரிப்படைவர்--புல்லேந்தும் பரம்பரை என்று எண்ணாதீர்--பாரீர், பாரெங்கும் எமது ஆதிபத்யம் பரவுகிறது என்று உளறிக்கொட்டும் அளவுக்குச் சில 'பிரகிருதிகள்' பித்தம் பிடித்து அலைகின்றன என்பதையும் அறிவோம்.

கவர்னர்களாய்---அமைச்சர்களாய்—தூதுவர்களாய் துரைமார்கள் காலி செய்து விட்டுப்போன வெல்வெட்டு

மெத்தைகளில் கொலு வீற்றிருப்பவராய், காங்கிரஸ் தலைவர்கள், பலமும் புதிய நிலையும் பெற்றுள்ளனர் என்பதையும் அறிவோம்.

அகில உலகிலும் அவர்கள் தொடர்பு ஏற்படுத்திக் கொண்டுள்ளனர்---தெரியும் அதுவும்.

ஆளவந்த அவர்கள், அவர்களை ஆட்களாக்கி விட்ட அண்ணல் காந்தியாரைப் படுகொலைக்கு ஆளாகவிட்ட, அசகாய சூரர்கள்---இதை நாம் அறிவோம்; அவர்கள் அறியார்!

அகிம்சையை, வாழ்க்கைக்கும் நாட்டு ஆட்சி முறைக்கும் ஏற்ற, அசைக்கமுடியாத திட்டம் என்று அல்லும் பகலும் அனவரதமும் பேசிக்கொண்டிருந்தவர்கள், அடி, உதை கொடுத்தும்--ஆள்தூக்கிச் சட்டம் போட்டும் பத்திரிகைகளைத் தடுத்தும்---பேசுவோர்க்கு வாய்ப்பூட்டுச் சட்டமிட்டும், துப்பாக்கியைக் காட்டியும்தான், நாட்டிலே இதுபோது ஆட்சி செய்ய முடிகிறது---இதை அவர்கள் அறிவதில்லை---நாம் அறிவோம். நடைபெறுவது, அஹிம்சைக் கொள்கையை அடிப்படையாகக் கொண்ட ஆட்சி அல்ல என்பதை நாம் நன்றாக அறிவோம். அன்று, தமிழ்மொழி, கலை, ஆகியவைகளிலே, உள்ளூரப் பற்று இருந்தாலும், வெளியே காட்டிக்கொள்ளவோ, அதற்காகப் போரிடவோ முடியாத நிலையில் ஆயிரமாயிரம் தமிழர்கள் இருந்தனர்---சுதந்திரப் போராட்டத்தில் ஈடுபட்டிருக்கிறோம், ஏகாதிபத்தியத்துடன் எதிர்த்துப் போரிடுகிறோம்--நாட்டு விடுதலைக்குப் போரிடும் பெரும் பணியிலிருக்கும் எமக்குத் தமிழ் மொழி, கலை என்பன போன்றவை சில்லரைப் பிரச்சினைகள் என்றே தோன்றுகின்றன. எனவே, நாங்கள், அவைகளில் ஈடுபடமாட்டோம்; தமிழ் மொழியை, தமிழ்க் கலையை, தமிழ் இனத்தைப் பாதுகாக்க முடியும் எங்களால், தக்க சமயத்தில், தக்க விதமாக! இது விடுதலைப் போர்க்காலம்; மொழிப் பிரச்சினைக்காக மோதிக்கொள்ள இதுவல்ல நேரம்!

இது அன்னிய ஆட்சியின் பிடியிலிருந்து நாட்டை மீட்கவேண்டிய மகத்தான போர்புரியும் காலம்; மற்ற விஷயங்களைக் கவனிக்க இதுவல்ல நேரம்! --என்று கூறினர்--சிலர் சாக்குக் கூறினர்--ஆனால் பலர் உண்மையாகவே, இந்தக் கருத்துடன்தான் இருந்தனர். எனவே அவர்கள், மொழிப் போர் நடைபெற்றபோது, ஆடவரும் பெண்டிரும், குழந்தையும் கிழவரும், சிறை சென்றபோது, தாலமுத்துவும் நடராஜனும் இறந்தபோது கண்ணீர் பெருக்கெடுத்தது என்றாலும், துடைத்துக்கொண்டு, துரைமார்களை எதிர்க்கும் தூய போரில் ஈடுபட்டு, தாய்மொழிப் போரில் ஈடுபடாமலிருந்துவிட்டனர். அது அன்று ! இன்று? அன்று இலேசாக இருந்து இன்று கனமாகியுள்ள அவினாசியார் இதை அறிந்துகொள்ள முயற்சிக்கட்டும்---பிரமாதமான மூளை பலம் தேவையில்லை இதற்கு---சராசரி அறிவு போதும்; அவினாசியாருக்கு அந்த அளவு நிச்சயம் உண்டு; சற்றே சிந்திக்கட்டும்---அன்று இருந்த நிலைக்கும் இன்று இருப்பதற்கும் இடையே உள்ள வித்தியாசம் விளங்கும்.

ஆளவந்தவருக்கு, சிந்திக்க அவகாசம் இல்லாமல் போய்விடக்கூடும். எனவே, அவருக்கு, அன்று இருந்த நிலைமைக்கும் இன்றுள்ள நிலைமைக்கும் உள்ள வித்தியாசத்தை நாமே விளக்கியும் விடுகிறோம்--நமது சொந்தக் கருத்தின் துணைகொண்டல்ல---அவினாசிகள் அறிந்திருக்கும் 'தமிழ் மணி' எனும் காங்கிரஸ் ஏட்டின் கருத்தையே கல்வி மந்திரியாருக்குக் காணிக்கையாகத் தருகிறோம்.

"யாரோ சிலருடைய பூச்சாண்டி" என்று சொல்லப்படுவது ஒரு பத்தாண்டுகளுக்கு முன்னர் உண்மையாக இருக்கலாம்; ஆனால், இன்றைய நிலை அதுவல்ல. தமிழ் நாட்டிலே இன்றைய தினம் மொழிப்பற்று, இனப்பற்று வளர்ந்துவிட்டது. இதில் கட்சி வேறுபாடுகள் கூடக் கவனிக்கப்படுவதில்லை; அவ்வளவு தூரம் நிலைமையிலே

மாற்றம் ஏற்பட்டுவிட்டது. இதனை நாம் கண்ணியமாக ஒப்புக்கொண்டே தீரவேண்டும். நடு நிலை நின்று நாட் டைக் கவனிப்போருக்கு இது விளங்காமற் போகாது. நாமும் ஒரு காலத்தில் கட்டாய இந்திக்கு ஆதரவு கொடுத்து வந்தோம். இந்திக்கு எதிர்ப்புக் காட்டியோருக்கு நாம் எதிர்ப்புக் காட்டி, அதனால் கல்லடியும், சொல்லடியும் பட்ட காலம் ஒன்றுண்டு. இவ்வளவும் எதற்கு? நாடு சுதந்திரப் போராட்டத்தில் ஈடுபட்டிருந்த காலத்தில் அந்தப் போராட்டத்துக்கு இந்த எதிர்ப்புகள் இடையூறாக இருக்கக்கூடாது என்பதற்காக எதிர்ப்புக்களையெல்லாம் எதிர்த்துப் போராடினோம். ஆனால், இன்றைய நிலை அதுவல்ல. கிடைத்த சுதந்திரத்தைக் கொண்டு நாட்டிலே அமைதியை நிலவச் செய்து, உற்பத்தியைப் பெருக்கி, முதலாளித்துவத்தை முறியடித்து, தொழிலாளரை வாழ வழிசெய்யவேண்டும் என்பது நமது குறிக்கோளாகி விட்டது. எனவேதான், இப்படிப்பட்ட வேளையில் வீண் வம்பு எதற்கு என்கிறோம். இந்தி கட்டாய பாடமாக இருப்பதைவிட, இஷ்ட பாடமாக இருப்பதே உண்மையில் பலன் தரக்கூடிய முறை. சர்க்கார் தமிழரின் வெறுப்புக்கு ஆளாகாதிருக்கவேண்டுமானால், இம்முறையைக் கடைப்பிடிப்பதே சாலச் சிறந்தது. இதனால் நாம் இந்தியை வேண்டாமென்று சொல்லுவதாக யாரும் கருதி விடக்கூடாது. இந்தி மட்டுமல்ல, வேறு எத்தனை பாஷைகளை வேண்டுமானாலும் மக்கள் தெரிந்துகொள்ளுவது நல்லது என்பதே நமது அபிப்பிராயம். தமிழ் நாட்டின் தற்போதைய நிலையில் கட்டாய ஹிந்தி கூடாது என்பதை கருத்துடையோர் யாரும் மறுத்துக் கூறமாட்டார்கள்.

"எனவே, எல்லாவற்றையும் உணர்ந்த நாம் நாட்டின் நிலையறிந்து, நடு நிலை நின்று நல்லதைச் சொல்லுகிறோம். சர்க்காரும், தலைவர்களும், கேட்டால் கேட்கட்டும் ; கேட்கா விட்டால் போகட்டும்!"

அன்று இருந்ததை விட இன்று காங்கிரசின் பலம் வளர்ந்திருக்கிறது என்பதற்கான எடுத்துக்காட்டுகளைக் கூறினோம்; ஆனால், அந்தப் 'பலம்--ஒரு மாய மான்--பொன் மான்--பதளி, பளபளப்பு, இவை, ஆனால் உன்மையான பலம்--பக்களின் ஆதரவு அன்று, நமக்கு இருந்ததை விட இன்று அமோகம்; 'தமிழ் மணி' கணகணவென ஒலிக்கும் வேளை; அந்த எழுச்சிக் குரலை அடக்க, வெள்ளி மணிகளும், வேதிய மணிகளும் வீறிட்டழுது பார்க்கும் காலம்! அன்று சாமான்யர்களாக இருந்தோம்--வெள்ளையரின் மேற்பார்வையின் கீழ் ஆட்சி செய்யும் அளவுக்கு மட்டுமே அந்தஸ்துப் பெற்றிருந்தோம்--இன்றோ வெள்ளையர் வீற்றிருந்த வெல்வெட்டு மெத்தைகளிலே கொலுவீற்றிருக்கிறோம் என்று இந்த மாறுதலை, மமதையை மட்டுமே தரக்கூடிய இந்த உயர்நிலையை எண்ணி, ஏமாறவேண்டாம். என்று எச்சரிக்கிறோம் நாடாள வந்தோரை. அன்று, மொழிப் போரில் கலந்துகொள்ளாதிருந்த ஆயிரமாயிரம் தமிழர்கள், இன்று, ஆதரவு தர முன்வந்துள்ளனர். நமது பலத்திலாவது, அவினாசிகளுக்குச் சந்தேகம் பிறக்கக்கூடும்--அந்த ஆயிரமாயிரம் தமிழர்களின் பலத்திலே, சந்தேகம் பிறக்காது என்று நம்புகிறோம்--ஏனெனில், அவர்களின் பலம்தான், அவினாசிகளை ஆளவந்தார்களாக்கிற்று--ஆங்கிலரை ஓட்டிற்று--ஏகாதிபத்தியம் அமைத்திருந்த எண்ணற்ற இடையூறுகளைப் பொடிப்பொடியாக்கிற்று. அவர்கள் காங்கிரசின் மூலபலம்! அந்த 'மூலபலம் இன்று ஆள வந்தார்களின் அட்டகாசத்துக்குப் பராக்குக் கூறிக்கொண்டிருக்க மறுக்கிறது; ஆண்மையை இழக்க மறுக்கிறது; அறப்போரில் ஈடுபடத் துடிக்கிறது; அவினாசியாருக்கு இந்தச் செய்தியை அர்ப்பணிக்கிறோம்.

மகாமேதை--காந்தீய ஸ்லோகங்களுக்கு வித விதமான பாஷ்யம் கூறும் பண்டித சிரோமணி, குல்லூகபட்டர் என்றெல்லாம், புகழ் பெற்ற ஆச்சாரியார், இந்தக் கட்டாய இந்தியைத் திணித்து, தமிழரின் உள்ளத்தை மிதித்ததால்

ஏற்பட்ட எதிர்ப்பு, அப்படிப்பட்ட அசகாய சூரரையே, என்னென்ன சொல்லச்செய்தது என்பதை, அவினாசியார் அறியார்.

"புற்றிலிருந்து ஈசல் கிளம்புவது போலிருக்கிறதே! எங்கிருந்து வருகிறார்கள், இந்தத் தொண்டர்கள்" என்று பேச நேரிட்டது, அந்தப் பேரறிவாளர் பேசினார்—பேசினாரா? —பிரலாபித்தார்.

"இந்தச் சனியனுக்கு இவ்வளவு எதிர்ப்புக் கிளம்பும் என்று தெரிந்தால், இதைத் துவக்கியே இருக்கமாட்டேனே!" என்று அழுதார்.

கையில் கிடைத்ததைக் கொண்டு அடிப்பேன் என்று கர்ஜனை செய்து பார்த்துவிட்டு, இவ்வண்ணம் கதறினார்.

கிரிமினல் சீர்திருத்தச் சட்டத்தைப் பிரயோகப்படுத்திப் பார்த்துவிட்டு, இப்படிப் பேசினார்.

'விடுதலை' 'குடி அரசு 'சண்டே அப்சர்வர்' ஆகிய இதழ்களுக்கு 'ஜாமீன்' கட்டச்சொல்லி, உத்தரவிட்டுப் பார்த்துவிட்டு, இதுபோலக் கைபிசைந்துகொண்டு கதறினார்

'விடுதலை' ஆபீசைச் சோதனையிட்டுப் பார்த்துவிட்டு, இந்தி எதிர்ப்பு நிலையத்தைப் பிரித்துப் போட்டுப் பார்த்து விட்டு, இந்தி எதிர்ப்பு முகாமிலேயே பேதமூட்டிப் பார்த்து விட்டு, கடைசியில் ஆச்சாரியார், அழுகுரலில்தான் பேச நேரிட்டது. ஆச்சாரியார் அந்நிலை அடைந்தார் என்றால், அவினாசியார், தனக்கு எந்நிலை ஏற்படும் என்பதைச் சற்று சிந்திக்கவேண்டும்.

அன்று, நாம், இந்தி எதிர்ப்புக் கிளர்ச்சி நடத்திய போது, ஏதோ அரசியல் சூழ்ச்சி என்று கூறினார் உண்டு; கூறிடக் கொஞ்சம் ஆதாரமும் கிடைத்தது; ஏனெனில், அப்போது நமக்கு இந்த அரண்மனை வாசிகளின்--ஆகா வழிகளின் தொடர்பு இருந்தது--தொடர்புதான்-தோழமை அல்ல ! அரண்மனை வாசிகளின் தொடர்பு இருந்ததற்குக் காரணம், அப்போது, நாம் தனியாக, திராவிடர் கழகமாக, விளங்கவில்லை. நமது தலைவரின் தளராத உழைப்பைத் தர்பார் சுந்தரர்கள் தங்கள் தன்னலத்துக்காகப் பயன்படுத்திக்கொள்ள, தந்திரமிட்டு வந்த காலம். ஜஸ்டிஸ் கட்சியிலே, சீமான்களும், துரைமார்களின் செல்லப் பிள்ளைகளும், இருந்துகொண்டு, தியாகரும், நாயரும் அமைத்த கொள்கையை வெறும் கேலிக்கூத்தாக்கி, கட்சியை, அரசியல் கழைக் கூத்தாடிகளின் கொட்டகை ஆக்கி வைத்திருந்த காலம்; நமது தலைவருக்கும், இயக்கத்தின் முக்கிய உறுப்பினர்களுக்கும், ஜஸ்டிஸ் கட்சியின் நிர்வாகக் கூட்டத்திலே இடம் அளிப்பதையே, ஏதோ பெரிய மனது வைத்துச் செய்கிற பெரிய உபகாரம் என்று எண்ணி இறுமாந்திருந்த காலம்.

அந்தத் தொடர்பு, நம்மை வேறு கட்சியினர் அலட்சிமாகக் கருத வைக்கவே உதவிற்று. சீமான்களின் மோகனப் புன்னகையை நம் பக்கம் சில சமயம் வீசுவர். கொள்கையைப் பற்றிய திட்டம் என்றாலோ, எள்ளும் கொள்ளும் அவர்கள் முகத்தில் வெடிக்கும். காங்கிரசை எதிர்க்க ஒரு படைதிரட்டித் தயாரித்து வைத்திருப்பதாக, துரைமார்களிடம் கூறி, சுய இலாபம் தேடிக்கொள்வதொன்றே அரண்மனையில் அரசியல் நடத்திய அந்த அபூர்வ மனிதர்களின் அந்தரங்க நோக்கம். அப்படிப்பட்டவர்களிடம் 'தொடர்பு' என்றால், இலட்சியவாதிகள் நம்மைப்பற்றி ஏளனமாகத் தானே கருதியிருப்பர். ஆனால் நம்மை ஏளனம் செய்தவர்கள் அறியார்கள், நாம் ஏற்படுத்திக்கொண்டிருந்த அந்தத் 'தொடர்பு', அரண்மனைக்கும், பார்ப்பனரல்லாதாரின் பெயரால் நிறுவப்பட்ட கட்சிக்கும் உள்ள 'தொடர்பை' சேலம் செய்ய என்ற சூட்சமத்தை. அந்தத் தொடர்பு இருந்த

காலத்திலே நாம் நடத்திய அறப்போர் கண்டே தமிழகம் ஆச்சரியமுற்றது! இன்று? அந்தத் தொடர்பு' இல்லை!

அன்று நம்மிடமில்லாத அரிய திட்டங்கள், இன்று உள்ளன. அன்று அந்தத் தொடர்பைக் கண்டதால் நம்மிடம் சேர மறுத்த இளைஞர்கள் இன்று பலப்பல ஆயிரவர் பரணி பாடுகின்றனர்; படைவரிசையில் கூடுகின்றனர். அரண்மனைக்காரருக்கு ஒரு தீவிரத் திட்டம் தீட்டுவதென்றால் திகில் ! கிளர்ச்சி என்றால் கிலி! போராட்டமென்றால் பீதி ! காருண்யமிகுந்த சர்க்காருக்கு விநயமாக விஷயத்தைக் கூறிவந்த காலம்--அது மலை ஏறிப்போய்விட்டது. அந்தக் கறையை, தாலமுத்து நடராஜனின் இரத்தத்தைக் கொண்டு கழுவிச் சுத்தப்படுத்தியாகிவிட்டது ! இப்போது நாம் மக்கள் மன்றம் அமைத்திருக்கிறோம்--மகத்தான போராட் டங்களை நடத்தும் மனப்பண்பும் தியாக உணர்ச்சியும் கொண்டதோர் அணிவகுப்பைத் தயாரித்திருக்கிறோம். எனவே, திருச்செங்கோட்டார், டில்லி உயர்தேவதையாகி விட்ட அளவு, காங்கிரசின் பலம் வளர்ந்துவிட்டது என்று வெளிக்குத் தெரியும். அதேபோது, கூர்ந்து நோக்கினால், ஆர அமர யோசித்தால், நமது பலம், வளர்ந்திருக்கும் அளவும் வகையும், ஜொலிப்பிலே, காங்கிரசைவிடக் குறைவு என்றபோதிலும், தாங்கும் சக்தியிலே, காங்கிரசைவிட அதிகம் என்பது நன்கு விளங்கும்.

ஒரு இலட்சியத்தைப் பெறுவதும், அதனை ஈடேற்ற, எத்தகைய தியாகம் செய்யத் தயாராகி விடுவது என்ற உள்ள உரம் பெறுவதென்பதும், சாமான்யமான காரியமல்ல! அந்தச் சாதனையில் நாம் வெற்றி பெற்றிருக்கிறோம்.

நாம் ஓர் தனி இனம்--தன்னலக்காரரின் சூழ்ச்சியினால் தாழ்ந்துபோனோம்; நாடாண்ட இனம் எனினும்,

நயவஞ்சகர்களிடம் சிக்கி நசித்துப்போனோம் என்பதை அறிந்துகொண்டோம்.

நாம் கூறுவதுபோல, திராவிட இனம் என்று கூறிக்கொள்ள மனம் இல்லாத சில பலரும் கூட, தென்னாட்டவர்-தென்னிந்தியர்--தமிழர்--என்று, பலப்பல பதங்களைக் கூறிடுவர். ஆனால் பாதையோ, ஒன்றுதான். திராவிட இனத்தின் மார்க்கத்துறை ஆரியரிடமும், அரசியல் டில்லியிலும், பொருளாதாரம் பம்பாயிலும் பிணைக்கப்பட்டிருப்பதை நாம் கூறி, தனி அரசு கோருகிறோம்; திராவிடநாடு திராவிடருக்கே என்று பேசுகிறோம். அந்த அளவுக்கும் முறைக்கும் வரமறுக்கும் பலர், வடநாட்டவருக்கு இங்கு வாணிபத் துறையிலே ஆதிக்கம் வளர்ந்து வருவதைக் கண்டு வருந்தி, இது ஆகாது என்றுதான் பேசுகின்றனர்; தனிநாடு கோரவில்லை என்ற போதிலும், வடநாட்டாரின் இந்தப் பொருளாதார ஆதிக்கம் கூடாது என்று கூறாமலில்லை.

வடநாட்டின் நோக்கமெல்லாம், இந்தியா--இந்திய தேசியம்--இந்திய கலாசாரம் என்ற வாய் வேதாந்தம் பேசிக்கொண்டே, திராவிடத்தை--தென்னாட்டை, வெறும் விவசாய நாடாகவும், மூலப்பொருள்களை உற்பத்திசெய்து வெளியே அனுப்பிவிட்டு, வெளியார் தயாரித்து அனுப்பி வைக்கும் 'பொருள்களை' வாங்கி உபயோகிக்கும் மார்க்கட்டாகவும் செய்வதுதான் என்பதை, இப்போது நமது கழகத்திலே மட்டுமல்ல, வேறு பல இடங்களிலே, வட்டாரங்களிலேயும் உணருகிறார்கள்--விசாரப்படுகிறார்கள்--ஒரு சிலர் வெளியே எடுத்துக்கூற வெட்கப்பட்டுக்கொண்டும் உள்ளனர்.

கிழக்கிந்தியக் கம்பெனியின் கால முதற்கொண்டு நேற்றுவரை, சீமைத் துரைமார்கள் எப்படி இந்திய பூபாகத்தைப் பட்டிக்காடாகவும்,பருத்தியை ஏற்றுமதி செய்து விட்டு ஆலை ஆடைகளை இறக்குமதி செய்யும்

இளித்தவாயர் வாழும் இடமாகவும், புண்ணாக்கை அனுப்பிவிட்டு, சாக்லெட்டாக இறக்குமதி செய்து, ஆஹா! என்ன இனிமை! எவ்வளவு மணம்! என்று கூறிடும் இடமாகவும் அந்தப் பூபாகத்தை ஆக்கிவைத்தார்களோ, அதேபோல இப்போது வட நாட்டார், திராவிடத்தை நடத்தி வருகிறார்கள். இந்த உண்மை, மறைக்க முடியாத அளவுக்கு இன்று வெளிச்ச மாக்கப்பட்டுவிட்டது.

பெரியசாமித்தூரன்--மிகவும் அமைதியான உள்ளம் படைத்த காந்தீயவாதி---'ஈரோடு வாடைபட்டுக் கெட்டுப் போனவரல்ல'--அவினாசியாரின் ஆத்மார்த்த நண்பர்களிலே ஒருவராம்---அவர் நடத்தும் 'காலச்சக்கரம்' எனும் இதழில், வடநாட்டவரின் பொருளாதார ஏகாதிபத்தியத்தைப்பற்றிக் கட்டுரை வெளிவருகிறது என்றால், இந்த உண்மை, மறைக்க முடியாத அளவு வளர்ந்துவிட்டது என்றுதானே பொருள்.

"யுத்த காலத்திலே வெள்ளையர் சம்பந்தப்பட்ட கம்பெனிகளை ஆரம்பித்தால் அதிக சலுகைகள் பெறலாம் என்ற நம்பிக்கையுடன் சர். ஆர்தேஷிர்டலால் என்பவர் ஒரு டாடா பிர்லா திட்டத்தைத் தயாரித்தார். அதன் விளைவாகப் பெரிய ஆபத்து இந்தியாவின் பொருளாதாரத் துறையிலே ஏற்படும் நிலைமை உண்டாகியிருக்கிறது.

சில உதாரணங்களை எடுத்துக்கொள்வோம். பிரிட்டனிலிருக்கும் 'மாரிஸ்' என வழங்கப்படும் கார்களை உற்பத்தி செய்யும் நப்பீல்டு பிரபுவும் இந்தியாவிலிருக்கும் பிர்லா என்னும் பிரபல முதலாளியும் சேர்ந்து ஆரம்பித்திருக்கும் ஒரு ஸ்தாபனம் இந்துஸ்தான் மோட்டார் கம்பெனி என வழங்கப்படுகிறது. இதில் சுமார் 100-க்கு 25 சதவிகிதம் நப்பீல்டு பிரபுவுக்குப் பங்கு இருப்பதாகப் பம்பாயில் வெளியாகும் 'ப்ரீ பிரஸ் ஜர்னல்' என்னும் பத்திரிகையின் வாயிலாகத் தெரியவருகிறது. இந்தக் கம்பெனி, 'இந்துஸ்தான் டென்' என்னும் கார்களை உற்பத்தி

செய்வதாகும். இந்தியாவிலே செய்யப்படும் முதல் கார் இதுதான் என்று பல பத்திரிகைகளிலே நாம் பார்த்தோம். ஆனால் 'காமர்ஸ்' என்னும் பத்திரிகையிலிருந்து இந்தக் காரின் முக்கியமான உறுப்புக்களெல்லாம் இங்கிலாந்திலிருந்து நமது தேசத்துக்கு இறக்குமதி செய்யப்படுகின்றன என்பதும், அவைகளை ஒன்று சேர்த்துக் காரை ஓடும் நிலைமைக்குக் கொண்டு வருவதுதான் இந்தியாவில் நடக்கும் மோட்டார்த் தொழில் என்பதும் தெளிவாகிறது. ஆகையால் 'இந்துஸ்தான்' என்னும் பெயரைத் தவிர இந்தியாவில் உற்பத்தி செய்யப்பட்டது மேற்படி காரில் ஒன்றும் இல்லை என்பது தெளிவாகிறது.

இரண்டாவதாக,சாய உற்பத்தித்தொழிலை எடுத்துக் கொள்வோம். இம்பீரியல் கெமிகல்ஸ் என்னும் பெயர் எல்லோருக்கும் தெரியும். அது சமீபத்திலே டாடா கம்பெனியாருடன் ஒரு ஒப்பந்தம் செய்துகொண்டிருக்கிறது. அந்த ஒப்பந்தப்படி அந்தக் கம்பெனி உற்பத்தி செய்யும் சாயங்கள் இந்தியாவில் உற்பத்தி செய்யப்பட்டதாக விற்கப்படுகிறது.

இந்தியாவிலே பெரும் பணக்கார முதலாளிகளில் ஒருவரான டால்மியாவை எடுத்துக்கொள்வோம். 'டைம்ஸ் ஆப் இந்தியா' என்னும் பத்திரிகையையும் அதை உற்பத்தி செய்யும் சாதனங்களையும் அவர் சுமார் 2½ கோடி ரூபாய் கொடுத்து வாங்கியிருக்கிறார். எனினும், வெள்ளையர்களுடைய ஆதிக்கத்தில் எவ்விதமிருந்ததோ அப்படியே தான் இன்னும் அது இருக்கிறது.

யுத்த காலத்திலே 1942ம் வருஷம் அமெரிக்க டெக்னிகல் தூது கோஷ்டி 'கிராடியின்' தலைமையில் இந்தியாவிற்கு வந்தது நேயர்களுக்கு ஞாபகமிருக்கலாம். அது இந்தியத் தொழில் வளர்வதற்காகக் கூறிய யோசனைகளை அரசாங்கம் ஏற்றுக்கொண்டதாகவே தெரியவில்லை. ஆனால், 1940-ம்

வருஷத்திலே, கிழக்கத்திய நாடுகளின் பொருள் பலத்தை அதிகரிப்பதற்காகக் கூடிய ஈஸ்டர்ன் குரூப்' என்னும் மகாநாட்டில், பிரிட்டீஷ் சாம்ராஜ்ய நாடுகளில், ஒரே தொழிலைப் பல நாடுகளில் ஏற்படுத்தித் தொழிலபிவிருத்திப் பலத்தை வீணாக்கலாகாது என்பதைக் காரணமாகக் காட்டி ஆஸ்திரேலியா ஆகாய விமானங்களை உற்பத்தி செய்வதால் இந்தியா அவைகளை உற்பத்தி செய்யக்கூடாது என்று தீர்மானித்தார்கள். இவ்விதம் 'இந்தியாவின் தொழிலபிவிருத்தியை நசுக்கும் கொள்கையே இங்கிலாந்தின் உயிர் நாடி' என்று எண்ணும் பிரிட்டிஷ் வியாபாரக் கூட்டத் தோடு உறவாடி நம் வியாபாரத்தில் பங்கு கொடுத்து, நமது வியாபாரத் திட்டத்தை அவர்கள் நிர்ணயிக்கும் அளவில் நமது இந்திய முதலாளிகள் நடந்துகொள்வது மிகவும் வருந்தத்தக்க நிலைமைதான்.

முன் கூறியபடியே, மோட்டார் ஹவுஸ் (குஜரத்) லிமிடெட் என்னும் ஸ்தாபனமும், நேஷனல் ரேயான் கார்ப்பரேஷன் என்னும் கம்பெனியும் ஏற்படுத்தப்பட்டிருக்கின்றன. இவைகளெல்லாம் இந்தியாவின் புதுத் தொழில்களைக் கட்டுப்படுத்தி அந்நியர் ஆதிக்கத்தில் வைப்பதற்கும், இந்தியாவைப் பிற நாட்டுப் பொருள்களுக்கு ஒரு மார்க்கெட் ஆக்குவதற்கும் ஏற்படுத்தப்பட்ட ஸ்தாபனங்கள் போன்றே வேலை செய்ய முடியும். இப் புது ஏகாதிபத்தியத்தை ஒழிக்கவேண்டும்."

இவ்விதம், 'காலச் சக்கரம்' கட்டுரை வெளியிடுகிறது.

சுதந்திரப் போராட்டத்திலே ஈடுபட்டிருந்த காரணத்தால், நாங்கள் தமிழகம், தமிழ் மொழி, தமிழ்க்கலை, தமிழ் நாகரிகம் என்பவைகளைப்பற்றிக் கவனியாமலிருந்துவந் தோம்---அக்கரை இல்லாததால் அல்ல ; அவகாசம் கிடைக்காததால்---என்பதை இன்று எண்ணற்ற தமிழ் இளைஞர்கள் ஒப்புக்கொள்கின்றனர்.

'பிரசண்ட விகடன்' ஆசிரியர் போலச் சிலர், "கட்டாய இந்தி கூடாது, அதை ஒழிக்கக் கிளர்ச்சி நடத்துவோம்" என்று கூறுகிறார்கள். 'தமிழ் மணி' ஆசிரியர்போல், பலர், தமிழகத்தின் தன்மானம் காப்பாற்றப்படவேண்டும், தன்னலக்காரரின் கொட்டம் அடக்கப் படவேண்டும், வகுப்பு வாதம் பேசுவது மட்டுமல்ல, செயலில் மும்முரமாகச் செய்துவரும் பார்ப்பனருக்கு ஆதிக்கம் இருக்கக்கூடாது, பதவியில் அமர்ந்ததும், காங்கிரசின் கோட்பாடுகளையே காற்றில் பறக்க விட்டுவிட்டு, அதன் தூய்மையைக் கெடுத்த கயவர்களிடமிருந்து தமிழகம் மீட்கப்பட வேண்டும் என்று பேசுகின்றனர்.

தேசீயப் போராட்டம் என்ற போர்வைக்குள்ளே புகுந்துகொண்டு காங்கிரசைத் தமது கைப்பொம்மை யாக்கிக்கொண்டு, கபட நாடகமாடும் முதலாளிமார்களின் முகாமை முறியடித்து, நாட்டிலே வளர்ந்துவரும் காங்கிரஸ் பாசிசத்தை ஒழித்து, பாமரன் வாழவும், பாட்டாளி மீளவும், சமதர்மம் தழைக்கவுமான திட்டம் தேவை-- இத்தகைய திட்டம் தோன்றாதபடி தடுத்து, இலாபக் கோட்டைகள் கட்ட விரும்பும் வடநாட்டு முதலாளித்துவ முறை ஒழிக்கப்படத்தான் வேண்டும் என்பதை, மதுரை, 'தமிழ்நாடு போன்ற இதழ்கள் அச்சம், தயை, தாட்சணியமின்றி எடுத்து எழுதிக்கொண்டுள்ளன.

இவ்வளவும் ஈடேற, தமிழரசு தேவை--எல்லை பற்றி உள்ள தொல்லையைக் கல்லி எடுத்து வீசிவிடவேண்டும், தமிழருக்குத் தமிழரசு வேண்டும், என்று 'முரசு' கொட்டுகிறார், காங்கிரஸ் நடத்திய சுதந்திரப் போராட்டத்தில் முன்னணியிலிருந்த நண்பர் ம. பொ. சி.

இங்ஙனம் பலர், பலப்பல அளவு, வருகின்றனர், நாம், தன்னந்தனியே கேலிக்கும், கண்டனத்துக்கும், எதிர்ப்புக்கும்,

ஏசலுக்கும் இடையே சென்றுகொண்டுள்ள பாதையில்! கற்கள் வீழ்ந்தன---கண்டனச் சொற்கள் வீழ்ந்தன---நமது உடலிலிருந்து இரத்தம் சொட்டிற்று, கண்களிலிருந்து நீரும் சொட்டிற்று--நாம் களைத்துவிடவில்லை பாதையினின்றும் விலகிவிடவில்லை---கற்கள் விழுவது குறையலாயிற்று---கற்களை வீசினோர், இப்போது அதோ, தமிழ் மொழி, தமிழரசு, தமிழ் சோஷலிய அரசு, வடநாட்டு வாணிப ஆதிக்க ஒழிப்பு முறை என்ற பலப்பல பகுதிகளில்--நாம் செல்லும் பாதையிலே உள்ள பகுதிகளில் வரக் காண்கிறோம்---வாட்ட வருத்தத்தை மறக்கிறோம்---வாழ்க நம் தோழர்கள்! வளர்க அவர்தம் ஆர்வம்! என்று கூறுகிறோம்.

அவினாசியார், இந்தத் தோழர்களை ஒன்றுசேரச் செய்கிறார்---அவரும் திராவிடர்தானே !

கட்சி வேறுபாடுகளைக் கூடக் கவனிக்கமாட்டார்கள், இந்த மொழிப் பிரச்சினை பற்றிய கிளர்ச்சியில்---என்று 'தமிழ்மணி' எழுதுகிறது. உண்மை! ஆனால், ஊடுருவிப் பார்த்தால், தமிழருக்குள் இருப்பதாகக் கருதப்படும் கட்சி வேறுபாடுகள், மனப்பிராந்தி, அல்லது நெடுநாட் பழக்கத்தால் ஏற்பட்ட எண்ணம், உண்மை நிலையல்ல---என்பது விளங்கும். பெரியாரின் தூத்துக்குடிப் பேருரை, இதனைத் தெளிவுபடுத்தியுமிருக்கிறது. அன்றாட அரசியல் பிரச்சினையும், ஆட்சியைக் கைப்பற்றும் பிரச்சினையுமல்ல; திராவிடர் கழகத்துக்கு. நாட்டுக்கு ஓர் புதிய நிலை -மக்களுக்கு ஓர் புதிய மாண்பு---அரசுக்கு ஓர் புதிய அந்தஸ்து--அவினாசிகளுக்கும் ஓர் அற்புதமான விடுதலை---டில்லியிலிருந்து---படேலிடமிருந்து---வடநாட்டு பாசிசத்திடமிருந்து விடுதலை வாங்கித்தரும் எண்ணம், திராவிடர் கழகத்துக்கு! எனவே, வேறுவேறு கட்சிகள்' என்ற பேச்சுக்குப் பொருள் இனி இல்லை. இப்போது உள்ளது இரண்டே கட்சிகள்--ஒன்று, இந்திய அரசு என்ற சாக்குக் கூறிக்கொண்டு, இலாப வேட்டைக்காரர்களிடம் நாட்டை

ஒப்படைப்போர் கட்சி; நாட்டை மீட்டு, நற்பண்புகளுக்கு உறைவிடமாக்கி, மக்களை வாழவைக்க அறப்போர் புரியும் மற்றோர் கட்சி! இவைகளே உள்ளன.

இந்த நிலையைத் தெளிவுபடுத்துகிறார், அவினாசியார், தமிழரை' அறைகூவி அழைப்பதன் மூலம்---கட்டாய இந்தியை நுழைப்பதன் மூலம்.

கடும்போர் மூண்டுவிடும் என்பதற்கான அறிகுறிகள் தென்படுகின்றன. தெளிவிருப்பின்---மிச்ச மீதியாவது இருப்பின்---நாடாள வந்தவர்கள், தெரிந்து கொள்ளலாம். காற்றடிக்குது---கடல் குமுறுது என்பார்களே, அந்த நிலை பிறக்கிறது. 'இந்திக்குத் தமிழ்நாட்டில் ஆதிக்கமாம்---நீங்கள் எல்லோரும் வாருங்கள் தோழர்களே 1' என்ற புரட்சிக் கவியின் குரலொலி கேட்கிறது! "மாங்குயில் கூவிடும் பூஞ்சோலை; நம்மை மாட்ட நினைக்கும் சிறைச்சாலை! என்று, எங்கெங்கிருந்தோ, எண்ணற்ற இளைஞர்களின் இருதய கீதம், காற்றிலே மிதந்து வருகிறது. முன்பு ஆண்ட ஆச்சாரியார், கேளாக் காதினர். எனவே, காற்றிலே மிதந்து வந்த கானம், தாலமுத்து மனைவியின் தாலி அறுபட்டு, அந்தத் தமிழ் மாது, "ஐயகோ! என் கணவனின் உயிர் குடித்தாயே, இந்திப் பேயே!" என்று அலறித் துடித்து அழும் அளவுக்கு வளர்ந்தபிறகே அவர் காதில் பட்டது. அவினாசியாருக்குக் கேளாக் காதிருப்பதாக நாம் கேள்விப்படவில்லை. எனவே, தமிழரின் படைவரிசையில் பேச்சுக் கிளம்பும்போதே, நிலைமையை அறிந்து நடந்துகொள்வார் என்று இன்னமும் நம்புகிறோம்!

மயிலையும் திருவல்லிக்கேணியும், மனோரம்மியமான இடங்கள்---நிமிர்ந்து நடப்போருக்கு---குனிந்து நடப்போருக்கு மிரட்டும் இடங்கள்! ஆம்---ஆம்----ஆனால், மக்கள் மன்றம் அங்கு இல்லை! ஆரியக்கூத்தாடினாலும் காரியத்தில் கண்ணாயிருக்கும் அரசியல்

கழைக்கூத்தாடிகளும், யார் ஆண்டாலும் நமது வாழ்வு ஆனந்தமாக இருந்தால் போதும் என்று கருதும் அரசியல் தரகர்களுமல்ல, ஒரு நாட்டின் ஜீவநாடி! அவினாசியார், அத்தகையோரின் பேச்சைக் கேட்டு ஏமாறுகிறார். ஆந்தைக்கு அஞ்சி, கிளியைக் கொல்கிறார்! வல்லூறுக்குப் பயந்துகொண்டு மாடப்புறாவைக் கொல்கிறார். புலிவேடமிட்டோர்க்குப் பயந்துகொண்டு, புள்ளிமானைக் கொல்கிறார். இந்திமொழி வேண்டும் என்ற இலாப நோக்குடையார் பேச்சைக் கேட்டுக்கொண்டு, செந்தமிழைச் சீரழிக்கிறார்-- தமிழர் செய்யக்கூடாததைச் செய்யத் துணிகிறார்--பத்துப் பாட்டை'ப் பாடிடும் நாட்டில், செத்த வடமொழிக்குச் சேடியாக இருக்கும் அளவு நிலைபெற்ற இந்தியைக், கட்டாய பாடமாக்குகிறார்- தமிழரின் உள்ளத்தை, அதிகாரக் கோல்கொண்டு குத்துகிறார்--அணைக்க முடியாத பெரு நெருப்பை மூட்டிவிடுகிறார்--ஆண்மைத் தமிழரை, அறப்போருக்கு அழைக்கிறார்!

ஆம்! ஆம்! அறப்போருக்கு ஆயத்தமாக இருக்கத்தான் வேண்டும் என்று 'திராவிடர் கழக'த் தலைவர் அறிவித்துவிட்டார்---தொண்டர்களைக் கண்டு பேசவருகிறார்.

ஒதுங்கி நிற்பவர்கள், அது இல்லை இது இல்லை என்று பேசுபவர்கள் ஆகியோருக்கெல்லாம், சோதனை வருகிறது --- போர் வருகிறது. இதிலே தெரிந்துவிடும், சிலர் ஏன் ஒதுங்கினர் என்ற சூட்சமமெல்லாம் என்று கூறப்படுகிறது. ஆம்! அறப்போர் தொடுத்தால்தான், சோதனை வந்தால் தான், சூட்சமம் தெரியும்---நிச்சயம் தெரியும். ஆனால், "பார்த்தீர்களா பயல்களை! போரில் சேரவே காணோமே" என்று பிறர் கூறக்கூடிய நிலையில் இளைஞர் எவரும் இருந்துவிடமாட்டார்கள்---இலட்சியத்தில் பற்றும், அறப்போரில் ஈடுபட்ட அனுபவமும் கொண்ட எந்த இளைஞரும், இந்தச் சோதனையிலே தவறிவிடமாட்டார்கள். மாறாக, ஒதுங்கியிருந்தது இதனால்தான் போலும்---போர்

என்றால் முன்னுக்கு வருகின்றனர்---சீர்வரிசை பெறுவதற்கு வராது போயினுங்கூட, போர் என்றால், அழைப்பு கிடைக்காமலும் வருகிறார்கள் என்று கூறும்படியான நிலையில்தான், எந்த இளைஞனும் நடந்துகொள்வான். இதை அறப்போர் தொடுத்ததும் அறிந்துகொள்ளலாம்!

ஒதுங்கி நிற்பவர்கள்---வேறு இடத்தில் இருப்பவர்கள்---எதிர்பாராத இடங்களிலிருந்து வந்து சேருபவர்கள் என்று இம்முறையிலே, படைவரிசை விரிவடையும், பலமடையும், போர் என்றால். ஆட்சியாளர்கள் அந்த அற்புதக் காட்சியைக் காணவேண்டும். தடை செய்யப்பட்ட 'போர் வாள்' தடை செய்யப்பட்ட 'இராவண காவியம்'--திணிக் கப்படும் 'இந்தி' இவைகளுக்கெல்லாம் ஒரே பதில்தான் உண்டு --அறப்போர்! அறப்போர்!!

இந்த ஆட்சியாளர்கள், தமக்கு யாரும் எதிர்க்கட்சி இல்லை என்ற எண்ணத்தால் இறுமாந்துள்ளனர். உண்மையும், அவ்விதமாகவே இருக்கிறது! எதிர்க்கட்சி இல்லை. சட்டசபையிலேயே, தூங்குபவர்களைத் தட்டி எழுப்பக்கூட ஆள் இல்லை. அந்த அளவுக்கு நிலைமை ஆகிவிட்டது. கம்யூனிஸ்டுகளையோ, வேட்டையாடி ஒழித்துவிடுவது என்ற அகில உலக திட்டத்தின்படி, இங்கேயும் ஏறக்குறைய அடக்கியாகிவிட்டது பாட்டாளிகளுக்கும் உழவர்களுக்கும் பகல் பட்டினியும் இராப் பட்டினியும் மாலை நேரத்தில், காமராஜ், சர்தார் வேதரத்னம் ஆகியோரின் உபதேசமும் இருந்து வருகிறது. போலீசும் பட்டாளமும் இருப்பது போதாதென்று, புதிய புதிய அவசரச் சட்டமும் போட்டு ஆட்சியாளர்கள், புதிய பலம் தேடிக்கொண்ட வண்ணம் உள்ளனர்.

பாமர மக்களிடம் பயமும் பாசமும் ஏற்படுத்தி, முக்கியமான பிரச்சினைகளை மூடிவைக்கத் தந்திரம் செய்து, 'காஷ்மீரைக் கவனி! நிஜாம் போகிற போக்கைக் கவனி!' என்று கூச்சல்

குண்டுகளை வீசுகின்றனர். காஷ்மீர் பிரச்சினை கலக்கத்தையும், நிஜாம் போக்கு கவலையையும் தருவது உண்மையானால், இவைகள் முன்னால் இருக்கும்போது, ஏன், மூலையில் கிடக்கும் இந்தியைக் கொண்டுவந்து வைத்துக் கொண்டு கூத்தாடவேண்டும்? முக்கியமான பிரச்சினைகளைக் கவனிக்கவேண்டாமோ?

போதுமான அரிசி இல்லை; கேட்டால், 'மக்காச் சோளம் தின்னு' என்கிறார் மந்திரியார்.

'ஏனய்யா அரிசி கிடைக்கவில்லை?' என்று கேட்டால், 'மழை இல்லை' என்று கூறுகிறார் காங்கிரஸ் தலைவர்.

'ஏனய்யா, மழை இல்லை?" என்று கேட்டு, முதலமைச்சர் தாமாகவே ஓர் விசித்திரமான காரணமும் கூறிவிட்டார். ஒழுக்கம் இல்லை, எனவே மழை இல்லை--இது முதலமைச்சரின் வாயிலிருந்து உதிர்ந்த முத்துக்கள். முதலமைச்சராக இருப்பானேன்--எங்காவது மூலைக் காளிகோயிலிலே பூசாரியாக அமரலாமே! இப்படிப்பட்ட இலட்சணமான பதில்களுக்கு அங்கு நல்ல மதிப்புக் கிடைக்குமே என்று கூறத் தோன்றுகிறது. ஆனால் ஓமந்தூரார் ஓரளவுக்குத் திராவிடப் பண்புடன் உள்ளவர் என்று கூறுகிறார்களே என்ற எண்ணம் வந்து, நம்மைத் தடுக்கிறது கேட்க, எதிர்க்க யாரும் இல்லை! யார் துணிந்து கேட்டாலும் அடக்கிவிடச் சட்டமும், சட்டம் தரும் ஆயுதமும் இருக்கின்றன! பாமரரைப் பசப்ப, பத்திரிகை பலம் இருக்கிறது என்ற காரணத்துக்காக, இவர்கள் எப்படி வேண்டுமானாலும் ஆண்டுகொண்டிருப்பது, அனைவரும் நாமென்ன செய்வது என்று இருந்து விடுவது என்ற நிலைமை வளர்ந்தால் அதற்குப் பெயர், பாசிசம்தானே! பாசமும் பயமும் ஒன்று கூடினால் பிறப்பது பாசிசம்--அது பாமர மக்களைப் பாழ்படுத்தும் நஞ்சு. நம்மை அந்த நஞ்சு கொல்லா முன்னம், நாம் அதை நசுக்கியாக வேண்டும். பக்கிங்காம் கர்னாடிக்

ஆலைத் தோழர்களை, அந்தப் பாசிசம் படாத பாடு படுத்திற்று. தலைவர் திரு. வி. க. வை, அந்தப் பாசிசம், வீட்டிற்குள் அடைத்து வைத்தது. கோவைத் தொழிலாளர்களின் கும்பியில் நெருப்பைக் கொட்டிற்று அந்தப் பாசிசம். உழவர்களின் உள்ளத்தில் ஓராயிரம் ஈட்டிகளைச் சொருகுவது போலத் தொல்லை தந்தது அந்த பாசிசம்! அதன் கொடுக்குகள், இங்கு இல்லை. ஒரு இடத்தில்---இல்லை---இந்திய பூபாகம் முழுவதும் பரவி இருக்கிறது. ஒரு பத்துக் குடும்பத்தார், இட்டது சட்டம், நினைத்தது நியாயம் என்ற நிலைமையை ஏற்படுத்தி விட்டது! சமதர்மத்தை, சம உரிமையைக் கேலிக்குரிய பேச்சாக்கி விட்டது! புல்லை வீசிவிட்டோம் கீழே; இனி வாளை எடுத்திடுவோம் என்று வரட்டுத் தலையரும் கூவிடும் நிலை பிறந்தது எதனாலே? செத்த வடமொழிக்கு, சிங்காரிப்புகள் நடப்பது எதனாலே? ஆரிய நாகரிகம் அகிலமெல்லாம் பரவுக என்று முன்ஷி கூறியது எதனாலே? ஓமந்தூராரும் ஈரோட்டாரின் கையாள்தான் என்று பித்தர் சிலர் பேசத்தொடங்கியது எதனாலே? சென்னைக் காங்கிரஸ் மந்திரி சபை, காங்கிரசின் கொள்கைக்கே மாறாக நடக்கிறது என்று மேலிடத்துக்குச் சாடி சொல்லச் சிலர் கிளம்பியது எதனாலே?-- இவையாவும், ஒரே காரணத்திலிருந்து கிளம்பும் பலரகமான நிலைமைகள்---அந்தக் காரணம்தான், நாட்டிலே வளர்ந்துள்ள பாசிசம்! பாசிசத்தை நாடாள விட்டு விட்டு, பதுமைகளாக வீடுகளிலே இருப்பதைவிட, சிறைகளில் வாடுவதும், வேலாயுதங்கள் போல மரக்கிளைகளில் தொங்குவதுங்கூட, விடுதலை விரும்பிகளுக்கு மேலானதாகத் தோன்றும். அவினாசியார், இத்தகைய மன எழுச்சியை ஊட்டுகிறார்—அறப்போருக்கு அழைக்கிறார்.

இந்தியின் நிலைமை

காங்கிரஸ் கண்ணாடி மூலமே தெரிவது

1939-ம் ஆண்டு ஜூன் மாதம் பம்பாயில் கூடிய அகில இந்திய காங்கிரஸ் கமிட்டியின் தீர்மானப்படி இந்தியா மொழி வழிப்படி பிரிக்கப்படவேண்டும் என்ப தற்கு குறிப்புத் தரப்பட்டுள்ளது.

அதன்படி:--

வட்டாரம்	மொழி	தலைநகரம்
ஆந்திரா	தெலுங்கு	மதராஸ்
அசாம்	அசாமீஸ்	கௌகத்தி
பீகார்	இந்துஸ்தான்	பாட்னா
பெங்கால்	பெங்காளி	கல்கத்தா
பம்பாய் (நகரம்)	மராத்தி - குஜராத்தி	பம்பாய்
டில்லி	இந்துஸ்தானி	டில்லி
குஜராத்	குஜராத்தி	அகமதாபாத்
கர்னாடக்	கன்னடம்	தார்வார்
கேரளம்	மலையாளம்	கள்ளிக்கோட்டை
மகாகோசல்	இந்துஸ்தானி	ஜபல்பூர்
மகாராஷ்டிரம்	மராத்தி	பூனா
நாகபுரி	மராத்தி	நாக்பூர்
வடமேற்கு எல்லைப்புறம்	புஷ்ட்டு	பிஷாவர்
பஞ்சாப்	பஞ்சாபி	லாகூர்
சிந்து	சிந்தி	கராச்சி
தமிழ்நாடு	தமிழ்	மதராஸ்
ஐ. மாகாணம்	இந்துஸ்தானி	லட்சுமணபுரி

உத்கால்   ஒரியா கட்டாக்

விதர்ப்பா   மராத்தி   அகோலா

என 19 வட்டாரங்களாகப் பிரிக்கப்பட்டிருக்கிறது. இதில் காங்கிரசின் தீர்மானத்தின்படி பார்ப்பதானாலும் பீகார், டில்லி, மகாகோசல், ஐக்கிய மாகாணம் ஆக நாலே வட்டாரங்கள்தான் இந்துஸ்தானியை மொழியாகக் கொண்டன என்பது விளங்குகிறது.

மற்ற 16 வட்டாரமும் வெவ்வேறு மொழிகளே பெற்றுள்ளன.

எனவே, இந்த 4 வட்டார மொழியை, பிற வட்டாரங்கள் மீது சுமத்துவது அடுக்குமா?

இந்துஸ்தானிதான் இந்தியாவில் பெரும்பாலான மக்கள் பேசுவது என்று கூறுவது புள்ளி விவரத்தின்படி நிலைக்கக்கூடிய வாதமா? காங்கிரஸ் கணக்குப்படியே 19 வட்டாரத்திற்கு 4 வட்டாரம்தானே இந்துஸ்தானி மொழி கொண்டன?

அங்ஙனயிருக்க, அம்மொழி எப்படி இந்தியப் பொது மொழியாகும்?

பல தமிழ்ப் பேரறிஞர்கள், பெரும் பெரும் தலைவர்கள், கலைஞர்கள், கவிவாணர்கள், தாய்மார்கள், மாணவர்கள், மாணவிகள் உட்பட நாம் பல ஆயிரக்கணக்கில் கூடியுள்ள இடத்தில், கட்டாய இந்தி நுழைவைக் கண்டிப்பதாய் ஒரு தீர்மானம் இயற்றிவிட்டுச் சென்றுவிடுவதாலோ, அல்லது தமிழின் தொன்மை குறித்தோ, அதன் இனிமை குறித்தோ பேசிவிட்டுப்--போய்விடுவதாலோ யாதொரு நன்மையும் ஏற்பட்டு விடாது. சற்றேறக் குறைய 10 ஆண்டுகளுக்கு

முன்பிருந்த அதே சூழ்நிலைதான் இன்றும் நம் கண் முன் காணப்படுகிறது. அக்காலத்தில் நாம் தமிழின் இனிமை குறித்தும், தொன்மை குறித்தும் பலவாறு பேசியும், எழுதியும் இருக்கிறோம். அவை இன்று தமிழ்நாடு எங்கணும் கிராமந்தோறுங்கூட பரவி நிற்கிறது. ஆகவே அதைப்பற்றிப் பேச வேண்டிய அவசியம் இனி இல்லை. தமிழ் மணம் எங்கணும் கமழ்கின்றது. தமிழ் மக்கள் யாவரும் ஆர்வத்தோடு திகழ்கின்றார்கள். அவர்கள் வேண்டி நிற்பது புதியதோர் புரட்சிதான். சென்ற இந்தி எதிர்ப்பில் ஆண்களும்,பெண்களும், ஆடும் குழந்தைகளோடும், அடைகாக்கப்படும் குழந்தைகளோடும் சிறைபுகுந்துள்ளனர். தாலமுத்துவின் மனைவியாரும், நடராஜனின் மனைவியாரும் தமது தாலிகளையே அரசாங்கத்தினருக்கு அறுத்துக் கொடுத்திருக்கின்றனர். ஆகவே அரசாங்கத்தினருக்கு இந்திக்கு இந்நாட்டிலுள்ள எதிர்ப்பு தெரிந்தே இருக்கிறது. தமிழின் தனிச் சிறப்பும், ஹிந்தியின் தனி இழுக்கும் கூட ஆட்சி புரியும் அவினாசியாருக்குத் தெரிந்துதான் இருக்கும். இதுவரை அவர் தெரிந்துகொள்ளவில்லையானால், இனிமட்டும் எப்படித் தெரிந்துகொள்ளப் போகிறார்! ஆகவே, இவைபற்றிப் பேசிக்கொண்டிருந்தால் இம்மாநாடு ஒரு பயனற்ற மாநாடாகவே முடிந்துபோம்!

வந்த சண்டையை விடமாட்டோம் !

தமிழர்கள் வம்புச் சண்டையில் ஈடுபடுபவர்கள் அல்ல. ஆனால், வந்த சண்டையை விடாதவர்கள். ஆட்சியாளரின் ஆணவத்திற்கு அடி பணிவதும் அருமைத் தமிழினத்தவரின் பண்பல்ல. எனவே, அறப்போர் தொடுக்கத் தீர்மானிப்போம். அப்போரில் வெற்றிகாண இங்கு கூடியுள்ள நமது பெரும் பெரும் தலைவர்களின் ஆசியை முதலில் பெறுவோம்.

ஆட்சியாளர்கள் தமிழின் இனிமையைக் குறைப்பதற்காகவோ, அல்லது அதன் தொன்மையை

மறைப்பதற்காகவோ, அல்லது அதைப் பழிப்பதற்காகவோ இன்று ஹிந்தியை இந்நாட்டில் நுழைக்கவில்லை. அப்படி இருந்தால் இனிமைத் தமிழ் நிறைந்த கம்பராமாயணத்தையே, தொன்மை மிகுந்த தொல்காப்பியம் போன்ற நூல்களையே அழிக்கத் துணிந்திருப்பார்கள்.

தமிழனுடைய பண்பை அழிக்க அவனது கலாசாரத்தை அழிக்க, தமிழ் மக்களிடத்து இன்று ஏற்பட்டுள்ள புத்துணர்ச்சியை ஒழிக்க இவற்றிற்காகத்தான் இந்தியை நுழைக்கிறார்கள். எனவேதான் ஆட்சியாளரின் குறி 'இராவண காவியத்தின் மீது சென்றிருக்கிறது. ஆகவே, நமது கலாச்சாரத்தில் கைவைக்கத் துணிந்த இந்த அரசாங்கத்தினரின் போக்கை எதிர்த்து அறப்போர் தொடுப்பது தான் முறை.

தமிழ் காக்கும் பணி

கொஞ்சம் தயக்கம் இருந்தாலும் பலமுறை சட்டம் மீறிய சிவஞான கிராமணியாரும் பக்கலில் இருக்கிறார், நமக்குத் தைரியம் கூற. ஒரே அரசியல் கருத்துக்கொண்ட இரு தலைவர்கள் இங்கு காண முடியாது என்றாலும், தமிழ் காக்கும் பணியில் எல்லோரும் ஒரே கருத்துடன்தான் இன்று கூடியுள்ளார்கள். இப்படி நேரிடுவது தமிழ்நாட்டுச் சரித்திரத்தில் ஒரு புதுமைதான். அவசியம் ஏற்பட்டபோது திருமயிலையும், திருவல்லிக்கேணியும் ஒன்று கூடிக் கொள்வது ரொம்ப சகஜம். ஆரியத்திற்கு ஆபத்தென்றால் ஆச்சாரி யாரும், சத்தியமூர்த்தியும் ஒன்றுசேர்ந்து கொள்வார்கள் அரசாங்க எதிரிகளான அவர்களோடு, அரசாங்கத்தின் கையாட்களான அல்லாடி கிருஷ்ணசாமி அய்யரும், சர். சி. பி. ராமசாமி அய்யரும் கூட ஒன்றுகூடிக்கொள்வார்கள். ஆனால், என்னதான் அவசியம் ஏற்பட்டபோதிலும் இரு கட்சிகளில் உள்ள தமிழர்கள் ஒரு பொதுக் காரியத் தில் மனமொப்பிக் கூடி வேலைசெய்ய மாட்டார்கள். அப்படிப்பட்ட பரிதாபத்துக்குரிய நிலை,

இந்நாட்டில் பார்ப்பனியம் தங்கு தடையின்றி வளர்ந்தோங்க மூலகாரணமாயிருந்த நிலை, இன்றோடு மாய்ந்து போனது. இனி மயிலையும் திருவல்லிக்கேணியும் கூட கலகலக்கும். தமிழர்கள் ஒன்றுபட்டு விட்டார்கள், இனி இவர்களை ஒடுக்க முடியாது என்பதை உணர்ந்து கொள்வார்கள். ஒற்றுமையைக் குலைக்கப் பார்ப்பார்கள். ஆனால், அது இனிப் பலிக்காது. இனி அவர்களால் தமிழ்நாட்டை வடநாட்டாருக்குக் காட்டிக் கொடுக்க முடியாது.

தமிழர் பேடிகளல்லர்!

தமிழ்நாடு பாலைவன நாடல்ல, பிறரை எதிர்பார்த்து வாழ. தமிழர்களும் பேடிகளல்லர், பிறர்க்குப் புறமுதுகு காட்டி ஓட.

தமிழர்கள் மாவீரர்கள்! முடியுடை மூவேந்தரின் சந்ததியார்கள். கடல் கடந்து சென்று பர்மா தேசத்தைக் கைப்பற்றி ஆண்டவர்கள். பல தூர அயல் நாடுகளோடு சிறப்பாக வாணிபம் நடத்தியவர்கள். இவையெல்லாம் திரு விளையாடற் புராணக் கூற்றுக்கள் அல்ல; சரித்திர உண்மைகள்! எங்கள் இருதய கீதமாக இன்றுவரை இருந்து வருவன இவைகள். எனவே, எங்களை அழிக்க எக்காலும் ஆரியத்தால் முடியாது. எனவே, அதைரியம் வேண்டாம்; அறப்போர் தொடுக்க ஆசி கூறுங்கள்! 'தமிழ் காக்கப் போர் தொடுங்கள்' என்று தலைவர்களே கட்டளை இடுங் கள். தமிழ் வாழ்க, ஹிந்தி ஒழிக என்று அன்று கூறியதற்காக வெலிங்டன் துரையவர்களால் தயாரிக்கப்பட்ட கிருமினல் சீர்திருத்தச் சட்டத்தின் கீழ் அன்று சிறைப்பட்டோம். 1000-க்கு மேற்பட்டவர்கள் சிறைபுகுந்தோம். பெல்லாரி சிறையில் பெரியார் அவர்கள் வாடச் சகித்திருந்தோம். அவருடைய உடலுக்கு பெல்லாரி உஷ்ணம்தான் ஏற்றது என்றும், நடராஜன் படிக்கத் தெரியாதவன், அதனால் ஹிந்தியை எதிர்த்துப் பிணமானான் என்றும் ஆச்சாரியாரால் கூறப்பட்ட கடுமொழிகள் கேட்டுச் சகித்திருந்தோம்!

எனவே, சகித்திருந்தது போதும்! வாதாடிப் பார்த்ததும் போதும்! இனியும் தமிழர்கள் பொறுக்கமாட்டார்கள்!

இனிப் போர்! போர்!! போர்!!!

போர் தொடுப்பது தவிர வேறு வழி இல்லை. இன்றைய அரசாங்கத்திற்குப் போர் தவிர வேறு எதுவும் புத்தி கற்பிக்காது. அரசாங்கத்தினர், 10 ஆண்டுகளுக்கு முன்பு தமக்கிருந்த பலத்தைக் காட்டிலும் இப்போது அதிக பலம் பெற்றிருப்பதாக நினைத்திருக்கிறார்கள். உண்மைதான்! இன்று அரசாங்கத்தினருக்குக் கிடைத்திருக்கும் பலம் முன்னைவிட அதிகமேதான்; ஆனால் இந்த 10 ஆண்டில் நமது நிலையும் எவ்வளவு வளர்ந்து விட்டது, எவ்வளவு அதிக பலம் பெற்றுவிட்டது என்று அவர்கள் அறிந்தார்களில்லை! இவர்கள் எதைத்தான் உள்ளபடி அறிந்தார்கள்?

நம் பலம்

சென்ற இந்தி எதிர்ப்பு போராட்டத்தின்போது, நம்மிடையே நண்பர் சிவஞானம் இருந்தாரா? இல்லையே! இல்லை என்பதை அவரே ஒப்புக்கொள்வாரே! தோழர் நாரண துரைக்கண்ணன் நம்மிடையே அன்று இருந்தாரா? இல்லையே! அது சமயம் அவர் 'தமிழர் யார்?' என்று புத்தகம் வெளியிட்டுள்ளார். அதைப் படித்துப் பாருங்கள்! அவர் அன்று நம் ஹிந்தி எதிர்ப்பு இயக்கத்தையும் தோழர் பன்னீர்ச்செல்வத்தையும் எவ்வளவு கண்டித்திருக்கிறார் என்பது விளங்கும். நமது இயக்கத்தின் வளர்ச்சிக்கு எடுத்துக்காட்டு இது ஒன்றே போதும்! இந்த 10 ஆண்டுகளில் நமது இயக்கம் பல நூறு மடங்காக வளர்ந்துவிட்டது. எனவே, போராட்டத்தில் வெற்றி நமக்குத்தான் கிடைக்கும். அன்றிருந்த ஆச்சாரியாராலேயே நம்மை அழிக்க முடியாமற்

போய்விட்டதென்றால், நமது எதிர்ப்பைச் சமாளிக்க முடியாமற் போய்விட்டதென்றால், இந்த அவினாசியார் நமக்கு எம்மாத்திரம்? எனவே மறியல் ஆரம்பிப்போம், மந்திரியார் வீட்டு முன்போ, அல்லது பாடசாலைகளின் முன்போ! மந்திரியாரின் வீட்டின் முன்பு மறியல் செய்வது முடியாத காரியம்.

ஏனெனில் அவர்கள் தற்போது மக்கள் நடமாடும் இடத்தில் குடியிருக்கவில்லை. அடையாறில் குடியிருப்பு. அதுவும் ஆற்றோரத்தில் ! ஒரு பக்கம் பணத்திமிர் பிடித்த அண்ணாமலை செட்டியார் அரண்மனை. மறுபக்கம் அதை எதிர்பார்த்து நிற்கும் சுடுகாடு. நல்ல பொருத்தமான இடத்தில் தான் குடியிருக்கிறார்கள்.

பிரெஞ்சுப் புரட்சி---ஞாபகமிருக்கட்டும்!

எனவே, பழையபடி பள்ளி முன்புதான் மறியல் செய்யவேண்டும். பெரியார் அவர்கள் கூறியிருக்கிறார்கள், இம்முறை புதிய புதிய அடக்குமுறைகள், மிருகத்தனமான அடக்குமுறைகள் கையாளப்படுமென்று. நாமும் புதுப்புது அனுபவம் பெறத்தான் காத்துக்கொண்டிருக்கிறோம். ஏற்கனவே, நாம் பஞ்சைகள். அதோடு பஞ்சம் வேறு நம்மை வாட்டி வருகிறது; எனவே நம்மிடத்தில் நமது எலும்புக் கூடுதான் மிச்சம் இருக்கிறது. அதை சர்க்கார் என்ன வேண்டுமானாலும் செய்யட்டுமே. சர்க்கார் நினைக்கலாம், வெறும் எலும்புக்கூடுகளான இவர்களால் என்ன செய்ய இயலும்! அப்படி நினைப்பார்களானால் பிரெஞ்சு தேசப் புரட் சியைப் பற்றிய வரலாற்றைப் படித்துப் பார்க்கட்டும்! அப்போது புரியும், எலும்புக் கூடுகள் என்ன செய்யும் என்பது! வெறும் எலும்புக் கூடுகள், தசையிலுள்ள ரத்தத்தை யெல்லாம் உறிஞ்சி உறிஞ்சி உரம் ஏறிக்கொண்ட எலும்புக் கூடுகள். இவற்றிற்கு எதையும் எதிர்த்து நிற்கும் சக்தி யுண்டு. வறுமையால் வாடிய எலும்புக் கூடுகள், அதுவும் அற்ப

எலும்புத் துண்டுக்காகக் கனவான்களின் நாய்களோடு போராடிய எலும்புக் கூடுகள் எல்லாம் ஒன்றுசேர்ந்துதான் புரட்சி செய்து பிரான்சு தேசத்தில் முடியாட்சியை, அழித்து குடியாட்சியை ஏற்படுத்தியது என்பதை ஆட்சியாளர்கள் ஞாபகத்திற்குக் கொண்டு வந்து பார்க்கட்டும்! அன்று ஒரு சொக்கலிங்கம் எழுதினார், இந்த நகரத்தில் போலீசும் செத்துவிட்டதோ' என்று. இன்று அதே சொக்கலிங்கம் எழுதத் துணிவாரா அப்படி? அது திராவிட நாடு என்ற நினைப்பே இல்லாத காலம். நம்மை விட்டு மிட்டா மிராசுகள் ஓடாத காலம். இன்று நாம் நமது லட்சியத்தை ஒரு அளவுக்கேனும் அடைந்திருக்கிறோம். நம் நாடு எதுவென்றாவது சொல்லத் தெரிந்துகொண்டுள்ளோம் நமது மக்களிடையே அளவிடற்கரிய புது உணர்ச்சியையும் காணப் பெறுகிறோம். இப்படிப்பட்ட காலத்திலா நாம் விட்டுக்கொடுப்போம் இல்லவே இல்லை!

இது மொழிப்போர் பட்டுமல்ல. கலாசாரப் போர். எனவே, அறவே விட்டுக்கொடுக்க முடியாது. ஒரு நாடு மற்றொரு நாட்டைக் கைப்பற்றுவதாயிருந்தால், ஒன்று படையெடுப்பின் மூலமோ, அல்லது வியாபாரத்தின் மூலமோ, அல்லது கலாசாரத்தின் மூலமோ---ஆகிய இம் மூன்று முறைகளின் மூலமேதான் கைப்பற்றவேண்டும். இவற்றுள் வடநாட்டினர் மூன்றாவது முறையாகிய, அதாவது கலாசாரத்தின் மூலம் ஒரு நாட்டைக் கைப்பற்றும் முறையை இத் திராவிட நாட்டில் கையாளத் துவங்கியுள்ளார்கள்.

கலாசாரப் படையெடுப்பு

ஹிந்தி நுழைப்பு கலாசாரப் படையெடுப்புதான். எனவே, இந்த நிலையில், திருக்குறளைப் பாராட்டிப் பேசுவதாலோ, அல்லது ஹிந்தியையும் தமிழையும் ஒப்பிட்டுத் தமிழன் சிறப்பை எடுத்துக் காட்டுவதாலோ பயனில்லை. பொன்னையும் பித்தளையையும் எவனாயினும் ஒப்பிட்டுப்

பார்ப்பானா? இன்பத் தமிழ் எங்கள் உயிருக்கு நேர். எனவே, நமது உயிரைப் பறிக்க வரும் ஹிந்தியை ஒழிக்க முன்வருவதல்லால், ஹிந்தியில் நீதி நூல் இல்லை, கலை இல்லை என்று கூறுவதெல்லாம் சந்தர்ப்பத்திற்கு அவசியமற்றவை.

இதை எல்லாம் அவினாசியாரே அறிவார். அறிந்தும் வடநாட்டினரின் உத்திரவிற்கு அடிபணிந்துதான் அதை இந்நாட்டில் புகுத்தியுள்ளார். இதில் ஐயமில்லை. இதை அவரே ஒன்றிரண்டு இடங்களில் ஒப்புக்கொண்டுள்ளார். மந்திரியாக இருக்க விரும்புகிறார்.

எனவே, வடநாட்டுக்கு மண்டியிட்டுக் கிடக்கிறார். மந்திரியாயிருப்பதை விட மானமுள்ள மனிதனாக, உண்மைத் தமிழனாக இருப்பது அவசியம் என்பதை மறந்தார். எனவே, இந்தியைப் புகுத்துகிறார். மானத்தை இழந்த மந்திரியார் மதியை மட்டுமா இழக்காமல் இருப்பார், அவரிடம் நியாயம் எடுத்துக் கூற? எனவே, திடமாக அறப்போர் தொடுக்கவேண்டியதுதான். அதில் நாம் எல்லோரும் ஈடுபடவேண்டியதுதான்.

போர் முரசே இறுதிக் கட்டம்

ஹிந்தி நுழைவால் தமிழ் கெடுமா, கெடாதா என்பதற்குப் பதில் நாம் யாரைக் கேட்போம்? மறைமலையடிகளையும், திரு. வி. க. வையும் கேட்பதா, அல்லது கனம் கோபால் ரெட்டியாரையும், காளா வெங்கட்ராவையும் கேட்பதா? மறைமலையடிகளாரும், திரு. வி. க. அவர்களும் ஹிந்தி நுழைவால் தமிழ் கெடும்; தமிழர் கலாசாரம் கெடும் என்று அழுத்தந் திருத்தமாகக் கூறிவிட்ட பிறகு, அவர்கள் சாட்சி நமக்குக் கிடைத்துவிட்ட பிறகு, போர் முழக்கம் செய்வது தவிர, போர் முரசு கொட்டுவது தவிர, நமக்கு வேறென்ன

வேலை இருக்கிறது? தமிழ் நாட்டு மூவேந்தர் போற்றி வளர்த்துக் காப்பாற்றி வந்த தமிழ்ப் பண்பை, தமிழ்க் கலாசாரத்தை, கனக விசயன் சந்ததியார் கெடுக்க முன்வந்துவிட்டனர். எனவே, மூவேந்தர் சந்ததியாராகிய நாம் இனியும் இந்தக் கலாசாரக் கொலைஞர்களைச் சும்மா விட்டுவைத்திருக்க முடியாது. தமிழனுக்கிருப்பது உயர் தனித்தோள்கள். அவை தமிழ் காக்க, வாள் ஏந்தத்தான் இருக்கின்றன. வாள் ஏந்திப் போர் தொடுக்காவிட்டாலும் மன உறுதி யெனும் வாளேந்தியேனும் அறப்போர் தொடுப்போம். அதுதான் அவினாசியாருக்கும் புரியும். மற்ற நியாய வாதங்கள் எல்லாம் அவருடைய மூளையில் குழப்பத்தைத்தான் உண்டாக்கும். ஏற்கனவே குழம்பி யிருக்கும் மூளை மேலும் குழம்பித்தான். போகும். பாவம் புத்தி குழம்பினால் அவருக்கு ஆற்றுவாரோ, தேற்றுவாரோ கூட அருகில் கிடையாது. ஏனெனில், அவருக்கு மனைவி, மக்கள் இல்லை. அவர் ஓர் பிரம்மச்சாரி. அதிலும் மூல வியாதிக்காரர். அப்படிப்பட்டவரிடம் போய் தமிழின் இனிமை குறித்து எடுத்துச் சொன்னால் அவருக்குக் கோபம் வராமல் வேறென்ன வரும்?

தமிழர் வரலாற்றில் முத்திரை

இதுவரை ஒன்றுபடாத தமிழர்கள், இன்று இம் மாநாட்டில் ஒன்றுகூடி இருப்பதால், இம்மாநாடு தமிழர் சரித்திரத்தில் முத்திரை பொறித்தது போன்றது. பெரியார் அவர்கள், மறைமலையடிகளார், நாரண துரைக்கண்ணன், சிவஞான கிராமணியார், திரு. வி. க. அவர்கள் ஆகியவர்கள் முத்திரை மோதிரத்தின் சின்னங்கள்! இலச்சினை இடவேண்டியவர்கள். எனவே, இம்முத்திரை பொறித்துப் போர் ஓலை இன்றே அனுப்பப்படட்டும். அது அவசியம் அவினாசியார் புரிந்துகொள்ளும் தமிழிலேயே இருக்கட்டும்.

"ஹிந்தி நுழைவால் தமிழர் பண்பு கெட்டுப்போம். தமிழர் கலாசாரம் கெட்டுப்போம். ஆகையால், அமைச்சர் அவினாசியாரே! அமைச்சர் குழுத் தலைவர் ரெட்டியார் அவர்களே! இவர்களை ஆட்டிப்படைக்கும் ஏகாதிபத்திய படேல் துரை அவர்களே! ஜவஹர்லால் நேரு அவர்களே! தமிழர்களாகிய நாங்கள் கட்டாய ஹிந்தி நுழைவை எதிர்த்து அறப்போர் தொடுத்து விட்டோம்! தொடுத்து விட்டோம்! தொடுத்துவிட்டோம்!"

என்ற மாதிரியில் ஒலை எழுதப்படட்டும். அவினாசி யாரும் உடனடியாக ஜெயில்களையும் காலிசெய்து வைத்துக்கொள்ளட்டும். போதுமான போலீஸ் படையையும் தயாரித்து வைத்துக்கொள்ளட்டும். பெரியார் அவர்கள் பல இடங்களில் பேசியிருக்கிறார்கள், அடக்குமுறை எப்படி இருக்கும் என்று. தடியாலும் அடிப்பார்கள், துப்பாக்கிகளாலும் சுடுவார்கள். பக்கிங்காம் மில் தொழிலாளர்கள் மீது அடக்குமுறைப் பாணத்தை வீசியவர்கள் தானே இவர்கள்! அந்தத் தொழிலாளர்களின் பரம்பரையைச் சேர்ந்தவர்கள் தானே நாமும்!

அடிக்கட்டும், அஞ்சோம்! சுடட்டும், அதற்கும் அஞ்சோம்! இவற்றால் ஏற்படும் தழும்புகள் திராவிடத் தனி அரசுக்கு முத்திரையாக அமையும். தலைவருக்கு நமது அஞ்சாமை பற்றிச் சந்தேகமில்லை.

நமது பொறுமையைக் குறித்துத்தான் சந்தேகம். எனவேதான் அவரிடம் கொஞ்சம் தயக்கம் காணப்படுகிறது. தயக்கம் வேண்டாம்!

பொறுமை மிக்க தமிழர்

தமிழர்கள் எந்த அளவுக்கு உரம் படைத்தவர்களோ அந்த

அளவுக்குப் பொறுமையும் படைத்தவர்கள்தான். சென்ற ஹிந்தி எதிர்ப்பின்போது, தாலமுத்துவின் பிணம், ஆஸ்பத்திரியிலிருந்து சுடுகாட்டிற்கு ஊர்வலமாக எடுத்துச் செல்லப்பட்டபோது, கணக்கில்லாத மக்கள் ஊர்வலத்தில் கலந்துகொண்டனர். என்ன நேருமோ என்று பார்ப்பனக் குடும்பங்கள் அத்தனையும் வயிற்றில் நெருப்பைக் கட்டிக் கொண்டிருந்தன. ஆனால் என்ன நேர்ந்தது? தமிழர்கள் தாலமுத்துவின் பிணம் சாம்பலாகச் சாம்பலாக ஒருவர் முகத்தை ஒருவர் பார்த்துக்கொண்டு பெருமூச்சு விட்டனர். ஒன்றிரண்டு கண்ணீர்த்துளி விட்டனர். அவ்வளவு மனோ உறுதியும் பொறுமையும் படைத்தவர்கள் தான் தமிழர்கள்! எனவே, அதிலும் தலைவர்க்குச் சிறு துளியும் சந்தேகம் வேண்டாம். இந்தப் பஞ்ச காலத்தில் நமக்கும் அடிபடப் போதிய வலுவில்லை. அவர்களும் இரண்டு அடிதான் அடிப்பார்கள், அவ்வளவுதான் அவர்களுக்கும் வலுவுண்டு. நாமும் அந்த இரண்டு அடிகளிலேயே கீழே விழுந்துவிடுவோம், அவ்வளவுதான் நமக்கும் தாங்கச் சக்தியுண்டு. நம்மிடம் ஆயுதத் தளவாடங்கள் இல்லை, அவர்களை எதிர்ப்பதற்கு.

இலட்சியம் பெரிது; வெற்றியல்ல !

எனவே, நமது போர் அறப்போராகத்தான் இருக்கும். ரத்தப்போராக்கலாம். அமைச்சர் விரும்பினால் அதை ஆக்கமாட்டார் என்று நினைக்க ஆதாரமொன்றுமில்லை நம்மிடம். அமைச்சர் ரத்தத்தை விரும்பினால் அதற்கும் நாம் தயாராகத்தான் இருக்கிறோம்.

இந்தப் போரில் வெற்றி கிடைக்குமா, தோல்வி கிடைக்குமா என்று சிந்திக்கவேண்டியது அவசியமில்லை. நமது லட்சியத்தை இருதயத்தில் தீர்மானமாகக் கொண்ட பிறகு நமது கொள்கை நியாயத்தை அடிப்படையாகக் கொண்டதுதான் என்ற நிச்சயம் நமக்கு ஏற்பட்டுவிட்ட பிறகு,

வெற்றி கிடைப்பதுபற்றியோ, தோல்வி நேர்வது பற்றியோ நமக்குக் கவலையேன்? நியாயத்தை அடிப்படையாக வைத்துச் செய்யப்படும் போரில் ஒரு முறை தோல்வியுற்றாலும் மறுமுறை நிச்சயம் வெற்றியே கிடைக்கும். எனவே, மாஜி தளகர்த்தன் என்கிற முறையில் தெரிவித்துக்கொள்கிறேன், அறப்போர் விரைவில் தொடங்கட்டும். பெரியார் விருப்பப்பட்டால் என்னுடைய பெயரை முதல் வரிசையிலேயே சேர்த்துக்கொள்ளட்டும்!

எல்லோரும் வாருங்கள் சிறைச்சாலை!

சென்ற 10 ஆண்டுகளாக நாங்கள் அடி வயிறு வலிக்கப் பேசி வந்தது உண்மையானால், அதன் மூலம் உங்களுக்கு ஏற்பட்டிருக்கும் புத்துணர்ச்சி உண்மையானால், தமிழனுக்குத் தன்மானமிருப்பது உண்மையானால், தமிழ் மகனுக்குத் தன்மானம் காத்துக்கொள்ளும் வீரம் இருப்பது உண்மையானால், சென்ற போரின்போது தாலமுத்துவும் நடராஜலும் உயிர்த்தியாகம் செய்தது உண்மையானால், அச்சமயத்தில் ஆண்களும் பெண்களுமாக ஆயிரத்திற்கு மேற்பட்டுச் சிறைக்குச் சென்றது உண்மையானால், இத்தனை உண்மைகளும் பயனளிக்க வேண்டுமானால், திராவிடர் கழகம் இதுகாறும் ஆற்றிவந்த பணி வீண்போகாது இருக்கவேண்டுமானால், வாருங்கள் எல்லோரும் சிறைச்சாலைக்கு! அதை மாங்குயில் கூவிடும் பூஞ்சோலையாக்கிவிடுவோம்! மயிலினங்காள், வாருங்கள்! குயிலினங்காள், வாருங்கள் தமிழ்க் காளைகாள், வாருங்கள்! மூவேந்தர் வழி வந்த செம்மல்களே, வாருங்கள்! வாருங்கள் யாவரும் சிறைச்சாலை நோக்கி !! சிறுமதியாளர்கட்கு நன்மதி போதித்திடுவோம். சர்க்கார் அடக்கு முறைக்குச் சரியான புத்தி கற்பித்திடுவோம். கடந்த போராட்டத்திற்கு 10 வருடத்திற்குப் பிறகு இப்போதேனும் முற்றுப்புள்ளி வைத்திடுவோம். தாய்மார்களே! பெரியார் உங்களை அழைக்கிறார். சென்ற எதிர்ப்பின்போது அவரை எதிர்ப்பில் மாட்டிவிட்டது

தாய்மார்கள்தான்! எனவே, தாய்மார்களையே அவர் விரும்பி அழைக்கிறார். எனவே, வாருங்கள் விரைந்தோடி! உங்கள் எதிர்ப்பால் சர்க்காரே அழிந்துபோம்! ஹிந்தியும் ஒழிந்துபோம்!

அன்னைத் தமிழை மீட்டு
வாகை சூடுவோம் வாரீர் !

நாம், தனிப்பட்ட ஒரு நபரையோ அல்லது பல நபர்களையோ அல்லது ஒரு கூட்டத்தினரையோ எதிர்த்துப்போர் துவக்கவில்லை. நம் நாட்டில் நுழைய விடப்படும் ஆரிய கலாசாரத்தை எதிர்த்துத்தான் போர் தொடங்குகிறோம் என்பதை நம்மில் ஒவ்வொருவரும் மனதில் இருத்திக்கொள்ளவேண்டும். பிரதம மந்திரி ரெட்டியார் அன்று வெளியிட்டுள்ள அறிக்கையில் நமக்கு மறியல் செய்யும் உரிமையை அளித்திருந்தார். அதுவரை அவருக்கு நம் நன்றி! அதோடு பொதுமக்களுக்கும் ஒரு வேண்டுகோள் விடுத்திருந்தார். அதற்காகவும் நமது நன்றி உரித்தாகுக! அவர் அறிக்கைப்படி பொதுமக்கள் நடந்து கொள்வதுதான் மிகவும் சிலாக்கியமானது,

திராவிடர் பண்பு

அடிக்கு அடி, உதைக்கு உதை கொடுப்பதுதான் திராவிடர்களின் பண்பு. அப்பண்பை நாம் கொஞ்ச காலத்திற்கு மறந்திருக்க வேண்டியது மிக அவசியம். அப்பண்பை மறந்திருந்தால்தான் நமது போர் வெற்றியடையும்.

நமது போரில் சிறிதேனும் பலாத்கார உணர்ச்சி காட்டப்பட்டால், நமது போர் நிச்சயம் படுதோல்வி அடைந்துபோகும். பலாத்கார உணர்ச்சியை நாம் அடியோடு மறந்திருக்கவேண்டும்.

நமக்கு பலாத்கார உணர்ச்சி தேவையில்லை. நமக்கு மட்டுமல்ல; நியாயத்தை அடிப்படையாகக் கொண்ட எந்தப் போராட்டத்திற்கும் பலாத்காரம் தேவையில்லை. எனவே, நியாயத்தின் மீது கட்டுப்பட்டுள்ள நமது ஹிந்தி எதிர்ப்புப் போருக்கும் சிறிதும் பலாத்கார உணர்ச்சி தேவையில்லை.

மேலும் நமது போராட்டம் சுயநலம் அற்றது. இப் போராட்டத்தை நடத்துவதால், நாம் மந்திரிசபையைக் கைப்பற்ற நினைக்கவில்லை. இப்போராட்டத்தில் கலந்து கொள்ளும் தோழர்களுக்கு நாம் சட்டசபை அங்கத்தினர் பதவியை அளிப்பதாக வாக்குறுதி கொடுக்கவில்லை. ஒரு பஞ்சாயத் போர்டு அங்கத்தினர் பதவியைப் பெறுவதற்குக்கூட நாம் உதவி செய்வதாக வாக்களிக்கவில்லை. ஆனால், காங்கிரஸ்காரர் நடத்திய போராட்டத்தில் அப்படிக்கில்லை. அவர்கள் தியாகத்திற்குப் பலன் அளிப்பதாக வாக்களித்தார்கள். அதே போல் சிலரை மந்திரியாக்கினார்கள். சிலரைச் சட்டசபை அங்கத்தினராக்கினார்கள். ஒருவர் கவர்னர்--ஜெனரலாகக்கூட ஆகிவிட்டார்.

சுயநலம் கலவாத் தியாகம்

எனவே, காங்கிரஸ்காரர் தியாகம், சுயநலங் கருதிய தியாகம். நமது தியாகமோ சுயநலம் கலவாதது; வீரம் கலந்தது! எனவே, இந்த அறப்போரில் கலந்துகொள்ளும்படி நாம் யாரையும் கட்டாயப்படுத்தவில்லை.

'தன்மானத்தில் விருப்பமுள்ள தோழர்களே, வாருங்கள்! வாலிபர்களே,வாருங்கள்! தாய்மார்களே, வாருங்கள்!' என்றுதான் அழைக்கிறோம்.

போராட்டத்தில் கலந்துகொள்ளப் பிரியமில்லாதவர்கள் தயவுசெய்து எட்டியிருந்து அமைதியாக நடப்பதைப் பாருங்கள் என்றுதான் வணக்கத்தோடு கேட்டுக் கொள்கிறோம்.

சென்ற போராட்டத்தின்போது நாம் ஹிந்து தியாலாஜிகல் கலாசாலை முன்னிலையில் மறியல் செய்தபோது அப்பள்ளித் தலைமை ஆசிரியரும், இதர பார்ப்பனர்களும் இந்தப் பள்ளி, பார்ப்பனர்களால் நடத்தப்படுவதால் பார்ப்பனரல்லாதாராகிய இவர்கள் இங்கு வந்து மறியல் செய்கிறார்கள்" என்று கூப்பாடு போட்டார்கள். அந்தக் கூப்பாட்டுக்கும் இன்று இடமில்லாதவகையில் திராவிடர்களால் நடத்தப்பட்டு, பெரும்பாலும் திராவிட மாணவர்களையே கொண்டு நடத்தப்பட்டுவரும் தொண்டை மண்டல துளுவ வேளாளர் பள்ளியின் முன் மறியல் ஆரம்பமானது; மறியல் அமைதியாக நடக்கிறது. பொது மக்களும் மிக அமைதியாக நடந்துகொள்ள வேண்டுமென்று இரண்டு இராமசாமிகளும் அறிக்கை விட்டுள்ளார்கள். இரண்டு ராமசாமிகளில் ஒருவர் போராட்டத்தைத் தலைமை வகித்து நடத்துகிறார். ஒருவர் அப்போராட்டத்தைத் தடுத்து ஒழிக்கவேண்டிய நிலையில் உள்ளார்.

இரு இராமசாமிகள் !

பெரியார் ராமசாமி, திராவிட கலாசாரம் அழியாமலிருக்க, திராவிட நாட்டில் ஆரிய கலாசாரம் பரவாமல் இருக்க ஹிந்தி எதிர்ப்புப் போரைத் துவக்கியிருக்கிறார். ரெட்டியார் ராமசாமி, ஆரிய கலாசாரத்தைக் காப்பாற்ற, ஆரிய எஜமானர்களுக்கு அடிபணிந்து தம் அதிகாரத்தைக் காப்பாற்றிக் கொள்ளவேண்டி அடக்கு முறையைக் கையாளவேண்டிய நிலையில் உள்ளார்.

நாம் நேற்று முன்தினம்வரை நினைத்தோம், ரெட்டியார் அவர்களும் ஹிந்தியைத் தாமாக விரும்பவில்லை; அவர்மீது அதிகாரத்தின் மூலம் வடநாட்டாரால் அம்மொழி திணிக்கப்படுகிறது என்று. அவருடைய உள்ளம் ஹிந்தியை வரவேற்கவில்லை என்றுதான் நாம் இன்றைய நாள்வரை நினைத்திருந்தோம். ஆனால் இன்று, அந்நினைப்புக்கு இடமில்லாமல் போய்விட்டது. ராஜீய உரிமையை வடநாட்டவரிடமிருந்து பெற நமக்கு இந்தி அவசியம் என்று அவர் கூறிவிட்டபிறகு, நாம் அவருடைய உள்ளத்தைப்பற்றியோ உள்ள உணர்ச்சியைப்பற்றியோ கவலைப்படவேண்டிய அவசியமில்லை. எங்களுக்கும் 'ராஜ்யம் என்பது என்ன? ராஜ்ய உரிமை என்பது என்ன?' என்று சற்று தெரிந்தே இருக்கிறது! ஓமாந்தூராருக்குத்தான் அல்லது அவரது சிஷ்யகோடிகளுக்குத்தான் ராஜ்யத்தின் தன்மை தெரியாமல் இருக்கிறது. நீங்கள் எந்த இராஜ்யத்திலாவது கேட்டிருப்பீர்களா, ராஜ்யபாரத்தை ஏற்று நடத்துபவர்களே, தம்மால் மதுவிலக்குக்கென்று மதுவிலக்கு அதிகாரிகளாக நியமிக்கப்பட்டவர்களே, மதுவிலக்கு உத்தரவை மீறி நடத்துகிறார்கள் என்று கூற.

சர்க்கார் அதிகாரிகளே சர்க்கார் சட்டத்தை மீறுகிறார்கள் என்றால் அப்படிப்பட்ட சர்க்காரும் ஒரு சர்க்கார் ஆகுமா?

மதுவிலக்கு போகட்டும்! ஜமீன்தாரி ஒழிப்பு விஷயத்தில்தான் இவர்கள் என்ன ஒழுங்காக நடந்துகொள்ளுகிறார்கள்? ஜமீன், இனாம் இவைகளை ஒழிப்பதாகக் கங்கணம் கட்டிக்கொண்ட பிரபுக்கள், இனாம்களை ஒழிப்ப தில் காலந் தாழ்த்துவானேன்? ஏழைகளின் பிரதிநிதிகள் என்று தம்மை விளம்பரப்படுத்திக்கொள்ளும் காங்கிரஸ்காரர்கள் ஏன் ஏழைகளின் வரிப்பணத்தை ஜமீன்தாருக்கும், இனாம்தாருக்கும் அள்ளிக் கொடுக்கத் திட்டமிடுகிறார்கள்? இந்தத் தவறுதல்களை எடுத்துக் காட்டக் கூட உரிமையில்லை

என்றால், அவ்வாட்சியை ஜனநாயக ஆட்சி என்றோ, நாகரிக ஆட்சி என்றோ எப்படிக் கூறமுடியும்?

கழகம் கூறுவதென்ன ?

திராவிடர் கழகம் சர்க்காரின் குற்றங்களை எடுத்துச் சொல்லும் திருப்பணியைத் தானே செய்துவருகிறது? வரதாச்சாரியின் வஞ்சகத்தையோ, வைத்தியநாதய்யரின் வைதீகப் புடுங்கலையோ, திராவிடர் கழகத்தாரிடம் ஆட்சியாளரால் காண முடியுமா? அவர்களைப்போல் அரசாங்கத்தை எப்படி, எப்போது கவிழ்ப்பது என்று அரசியல் ஆரூடம் பார்த்துக்கொண்டா நாங்கள் வாழ்ந்து வருகிறோம்? நாங்கள் சட்ட சபையை எட்டிக்கூடப் பார்ப்பதில்லையே! தேர்தலில் கவந்துகொள்வதுகூடக் கிடையாதே! தேர்தலில் உதவிசெய்யக்கூட நாங்கள் முன்வருவதில்லையே! அப்படி இருக்க, ஏன் அரசாங்கம் எங்கள்மீது அடக்கு முறையைப் பிரயோகிக்கவேண்டும்? முதல் மந்திரியார் தவறாக நினைத்துக்கொண்டிருக்கிறார், நாம் அரசாங்கத்தைக் கவிழ்க்கச் சூழ்ச்சி செய்கிறோம் என்று. அத்தவறை நாம், அவர் உணரும்படிச் செய்யவேண்டும். அதற்குத் தியாகம் வேண்டும். நமது இயக்கத்தில் பெரும் அளவுக்குத் தியாகத்தைக் காண்பிக்க வாய்ப்பிருக்கவேண்டும். பலாத்கார உணர்ச்சி சிறிது காட்டப்படினும் அது தியாகத்திற்கு முற்றுப்புள்ளி வைத்துவிடும்.

கட்டுப்பாடு, ஒழுங்கு அவசியம்!

எனவே பலாத்காரம் இன்றி, கட்டுப்பாட்டோடும், அமைதியோடும், சிறிதும் பொச்சரிப்பு இன்றியும் நாம் நடந்துகொள்ளவேண்டும்.

ரெட்டியார் அவர்கள் தம் அறிக்கையில் கடைசியாகக் குறிப்பிட்டுள்ளார், 'அத்துமீறி நடப்பவர்கள் சட்டப்படி தண்டிக்கப்படுவார்கள்' என்று. இதற்கு ஒரு அறிக்கை தேவையில்லை. பார்க்கில் தொங்கிக்கொண்டிருக்கும் பலகை கூட இதை நமக்குத் தெரிவிக்கும். சர்க்கார் என்று ஒன்று இருப்பதே சட்டம் செய்வதற்குத்தான் என்பது எங்களுக்கு நன்றாகத் தெரியும்! "சட்டம் செய்ய ஒரு சர்க்கார் இருப்பதும், அச்சட்டத்தைக் காப்பாற்றப் போலீஸ் இருப்பதும், போலீஸால் காப்பாற்ற முடியவில்லை என்றால் அதற்கு ராணுவம் துணையாக இருப்பதும், போலீஸையும் ராணுவத்தையும் காப்பாற்ற சர்க்கார் பொக்கிஷம் இருப்பதும், அப்பொக்கிஷத்தை நிரப்ப அதற்கான பணந்திரட்ட அதிகாரிகள் இருப்பதும், அவர்களுக்கு அடங்கித் தம் உழைப்பின் பலனை அளித்த உழைப்பாளிகள் இருப்பதும், அவ்வுழைப்புக்கென அவர்களுக்கு உயர் தோள்கள் இருப்பதும், சர்க்காரைக் காப்பாற்றத்தான் என்ற 'அரசியல் அரிச்சுவடி' நமக்குத் தெரியும்! இதை நமக்கு அமைச்சர் சொல்லிக்கொடுக்க வேண்டிய அவசியமில்லை! நாம் அத்து மீறி நடக்கமாட்டோம். எனவே, ஆளவந்துள்ள நீங்களும் உங்கள் அத்தைத் தாண்டி வராதீர்கள். உங்கள் அத்து எது என்பதை மட்டும் எங்களுக்குத் தெளிவாக எடுத்துச் சொல்லிவிடுங்கள். மறியல் சாத்வீகமாகத்தான் நடக்கும்.

மாணவர்களும் ஒரு சிறிதும் துன்பத்திற்கு உள்ளாக்கப் படமாட்டார்கள். மறியலுக்குச் செல்லும் தொண்டர்கள் முதலில் தம் வணக்கத்தைத் தெரிவித்துக் பிறகு சொல்வார்கள் பணிவாக, "ஹிந்தி வகுப்புக்குச் செல்லாதீர்கள்! ஹிந்தி கற்காதீர்கள்! ஹிந்தி உங்களுக்குத் தேவையில்லை! இந்நாட்டுக்கும் தேவையில்லை;" என்று.

ஆவேசம் வேண்டாம்

நீங்கள் உணர்ச்சியினால் ஆவேசம் கொண்டுவிடக் கூடாது. அப்போது தோன்றும் உங்கள் உணர்ச்சிகளையெல்லாம் எதிர்காலப் போராட்டத்திற்கான அன்புத்தொகையாக பாங்கியில் சேர்த்துவைக்கவேண்டியதுதான். அங்கு ஆவேசப் பேச்சுக்கு இடம் கொடுத்தால் கலவரம் ஏற்படும். கலவரம் ஏற்பட்டால் எதிர்ப்பு தோல்வியடையும். வீரத் தமிழன் முயற்சி வீணாகும்! அதற்கு இடம் கொடுக்காதீர்கள்!

தொண்டர்களின் மண்டையில் அடி விழுந்தாலும், அடிபட்ட தொண்டர்களைத் தூக்க எத்தனிக்கும் தொண்டன் கரத்தின்மீது அடி விழுந்தாலும், அடிபட்ட மண்டையிலிருந்து பீறிட்டடிக்கும் ரத்தத்தை அடைக்கவேண்டும் என்ற ஆசை உங்களுக்கு ஏற்பட்டாலும், அடிக்கும் கையை வெட்டிப் பொசுக்கவேண்டும் என்ற ஆத்திரம் உங்களுக்கு ஏற்பட்டாலும் நின்ற இடத்தை விட்டு நீங்கள் அசையக்கூடாது! சிந்திக்கவேண்டும்.

எதற்கும் துணிந்த தொண்டர்கள்

'முற்போக்குக் கொள்கைக்காக நமது தோழன் அதோ அடிபடுகிறான்! திராவிட கலாசாரத்தைக் காப்பாற்ற விழைந்த நமது தோழனின் எலும்பு அதோ முறிகிறது. திராவிட நாட்டில் திராவிடன் கலாசாரத்தைக் காப்பாற்றி, அதோ நமது தோழன் ரத்தம் சிந்திக்கொண்டிருக்கிறான்!' என்று நீங்கள் சிந்திக்கவேண்டும். அச்சிந்தனை உங்கள் மனத்தில் ஒரு உறுதியை உண்டாக்கும். அவ்வுறுதி தான், நமக்குப் பயன் தரக்கூடியது. ஆத்திரம் ஆபத்தானது; பயன் தர இயலாதது. எனவே, ஒடிந்துவிழுந்த கைகளைக் கண்டு நீங்கள் 'ஓ' வென்று அழாதீர்கள். அந்தத் தியாகத்திற்குத் தயாராகத்தான் தொண்டர்கள் அத்திட்டத்தில் வந்துள்ளார்கள் என்பதை மனதில் வைத்துக்கொள்ளுங்கள்.

கைகளை மட்டுமல்ல, கால்களை மட்டுமல்ல, தம் உயிரையே அர்ப்பணிக்கத் தயாராகத்தான் அவர்கள் போர்க்களம் புகுந்துள்ளனர் என்பதை மனதில் இருத்திக்கொள்ளுங்கள். அத் தியாகம் ஊட்டக்கூடிய மனோ உறுதியை நீங்கள் பெறுங்கள். தொண்டர்கள் அறிந்திருக்கிறார்கள்; உயிர் பெரிதல்ல, தன்மானந்தான் பெரிதென்று!

உயிர் பல இடங்களில் பிரிவதும், பிரிக்கப்படுவதும் தொண்டர்களுக்குத் தெரியும். லாகூரில் ஆண்டவனை வழிபட தர்காவுக்குச் சென்றவர்களில் 11 பேர் கூட்டத்தில் நசுக்குண்டு மாண்டார்கள் என்ற செய்தியை தொண்டர்கள் பார்த்திருக்கிறார்கள். வழிபடச் சென்ற இடத்தில் சாவு நேர்கிறபோது, மறியல் செய்யச் செல்லுமிடத்தில் சாவேற்பட்டால் அதைப்பற்றிக் கவலைப்படக் காரணம் இல்லை என்பது அவர்களுக்குத் தெரியும்!

உரிமைப் போராட்டம்

உரிமைப் போராட்டத்தில் உயிர் போனாலும் பாதகமில்லையென்று துணிந்தவர்கள்தான் தேவை! அத்தகைய துணிவுள்ளவர்களைத்தான் நாமும் போராட்டத்திற்கு வரும்படி அழைக்கிறோம்.

உயிரையும் அர்ப்பணிக்கத் துணிவு பெற்றிராத தோழர்கள் நமது போராட்டத்திற்குத் தேவையில்லை. உறுதியுள்ள தோழர்கள் ஒரு சிலரேனும், அவர்கள்தான் நம் போராட்டத்திற்குத் தேவையே ஒழிய, உறுதியற்ற பெருங்கூட்டமல்ல நமக்குத் தேவையானது. எங்களுக்குள்ள ஆதரவைக் காட்டுவதற்காக அல்ல, நாங்கள் ஹிந்தியை எதிர்த்துப்போர் தொடங்கியிருப்பது; நம்முடைய உரிமையைக் காப்பாற்றத்தான் நாங்கள் போர் தொடுத்து நிற்கிறோம்.

உரிமைப் போரை எதிர்த்து நிற்கும் சர்க்காரை நாங்கள் நன்கு அறிவோம். அதன் சாதனங்கள் எவ்வளவு பலம் பொருந்தியது என்பதும் எங்களுக்குத் தெரியும். சர்க்காரின் சார்பாகப் பிரசாரம் செய்ய 10 மந்திரிகள், 150 எம்.எல்.ஏ.க்கள், எண்ணற்ற தேசீய ஏடுகள், ஒலி நிலையங்கள் இவ்வளவும் இருப்பதும், எங்களைத் தம் இஷ்டப்படி தண்டிக்கவும், அடக்கி ஆட்டிப் படைக்கவும் அதிகாரம் எதிர்ப்பாளர்கள் கையில் இருப்பதும் எங்களுக்குத் தெரியும்.

சர்க்காரை அண்டிப் பிழைப்போர்

மற்றும் சர்க்காரை அண்டிப் பிழைக்கும் சிலர் தம் கொள்கையைச் சமீபத்தில் மாற்றிக்கொண்டிருப்பதும் நமக்குத் தெரியும். சில மாதங்களுக்கு முன் ஒரு பொதுக் கூட்டத்தில் "இம்முறை தமிழ் நாட்டில் ஹிந்தி புகுத்தப்படுமானால் நான் எனது நண்பர் அண்ணாதுரைக்கு ஓய்வு கொடுத்துவிட்டு தமிழுக்காகச் சர்க்காரின்மீது போர் தொடுப்பேன்" என்று கூறிய தோழர் செங்கல்வராயன் அவர்கள், சென்னை ஜில்லா காங்கிரஸ் கமிட்டித் தலைவர் ஆன பிறகு, தான் பொதுக்கூட்டத்தில் பொது மக்களுக்குக் கொடுத்த வாக்குறுதியை மறந்து, தனது நாணயத்தை மறந்து, நாட்டை மறந்து, "ஹிந்தி எதிர்ப்புக்கு எதிர்ப்பிரச்சாரம் செய்வேன்' என்று கூறியிருப்பதும் எங்களுக்குத் தெரியும். எங்களுக்கு எதிர்ப்பிரசாரம் செய்பவர்கள் யாரையும் நாங்கள் தடைசெய்யப்போவதில்லை. தடை செய்வதும், அவர்கள் கூட்டத்தில் குழப்பத்தை விளைவிப்பதும் அறிவுடைமையல்ல என்பதும் எங்களுக்குத் தெரியும்.

நமது போராட்டம் மொழி ஒன்றிற்காகவே நடத்தப்படும் போராட்டமல்ல. அப்படிச் சொல்வதால் "பின் ஏதாவது அரசியல் லாபத்திற்காக நடத்தப்படும் போராட்டமா இது?" என்று நீங்கள் கேட்கலாம். அதற்கும் இல்லை. "பின் வேறு

எதற்குத்தான்?" என்று நீங்கள் கேட்பீர்கள். ஹிந்தி மொழியின் மூலம் ஒருவித வாழ்க்கை வழி ஒன்று நமக்கு வர இருக்கிறது. அவ்வாழ்க்கை வழி திராவிடர்களின் வாழ்க்கை வழிக்கு முரணானது; திராவிட கலாசாரத்துக்கு விரோதமானது; திராவிடர்களின் உயர் பண்புகளைப் பாழாக்கக் கூடியது. எனவே, அம்மொழியை நாம் வேண்டாமென்கிறோம்.

அடிமை வாதம்

மந்திரியார் இதற்கு மறுப்புக்கூற வகையின்றி 'மத்திய சர்க்காரிடமிருந்து நமக்குரிய உரிமையைப் பெற ஹிந்தி

நமக்கு அவசியம்' என்று கூறுகிறார். அதுவே அடிமை வாதம் என்றாலும் ஒப்புக்கொள்வோம். அப்படியே ஆயினும் மத்திய சட்ட சபைக்குச் சென்று நமக்காகப் போராடக்கூடியவர்கள் எத்தனை பேர்? நம்மில் 10 லட்சத்திற்கு ஒருவர்தான் மத்திய சட்ட சபைக்குச் செல்ல வேண்டியிருக்கும். 10 லட்சத்தில் படிப்பவர்கள் ஒரு லட்சம் பேர். அந்த ஒருவருக்காக ஒரு லட்சம் பேரா ஹிந்தியைக்கட்டி அழவேண்டும்? காங்கிரஸ் காரியக் கமிட்டி நடவடிக்கையில் எத்தனை தமிழர்கள் இருக்கிறார்கள்? இதுவரை எத்தனை தமிழர்கள் இருந்திருக்கிறார்கள்? இனி எப்போது, எத்தனை தமிழர்கள் காங்கிரஸ் காரியக்கமிட்டிக்குச் செல்லப்போகிறார்கள் என்று காங்கிரஸ் தமிழர்கள் கூறுவார்களா? முதன் மந்திரியார் கூறுவாரா? அப்படித்தான் செல்ல நேர்ந்தாலும் அவர்கள் தாமாக ஹிந்தியைப் படித்துக்கொள்ளட்டுமே! அப்படிப் படித்துக்கொள்ள முடியாமலா போய்விடும்? ஏழாவது எட்டாவது படிக்கும் மாணவர்கள் எல்லோருக்குமா தமிழ் நாட்டை வீட்டு வட நாடு செல்லப்போகிறார்கள்? அவர்களில் 100க்கு ஒன்றிருவர்தானே சட்ட சபைக்குவரமுடியும்? அதுவும் பெரும்பாலும் கல்லூரிப் படிப்புப் பெற்றவர்கள்தானே காலப்போக்கில் சட்ட சபையை அடையமுடியும்? வேண்டுமானால் கல்லூரியில் ஹிந்தியைக்

கட்டாயபாடமாக்குங்களேன்! யார் வேண்டாமென்கிறார்கள்?--பெரியார் தமது சம்பாஷணையின்போது இவ்விதம் ஆலோசனை கூறியிருந்தாராமே. அதை என் ஆட்சியாளர்கள் ஏற்றுக்கொள்ளக் கூடாது? வீணாக ஏன் சிறுபிள்ளைகளைக் கொடுமைப்படுத்துகிறீர்கள் ?

பொது மதம் தேவை; மொழியல்ல!

ஹிந்தி இந்நாட்டின் பொது மொழியாம்! இதுதான் இவர்களுக்கு அடுத்த ஆதாரம். நாட்டில் ஒற்றுமையை உண்டாக்கப் பொதுமொழி ஒன்று இருந்தால் போதுமா? பல மொழிகள் இருப்பதாலா இந்நாட்டில் ஒற்றுமை இல்லாமல் இருக்கிறது? நாட்டில் சைவம், வைணவம், துவைதம், அத்வைதம், விசிஷ்டாத்வைதம், வேதாந்தம், சித்தாந்தம் எனப் பலப்பல மதங்கள் உள்ளனவே, அவை ஒன்றுக்கொன்று அன்றாடம் முட்டிக்கொள்ளுகின்றனவே, அதற்காக ஒரு பொது மதத்தை உண்டாக்க முன்வருவாரா அவினாசியார்?

இந்திய மதம் என்றோ, அல்லது திராவிட மதம் என்றோ ஒரு புது மதத்தைப் பொது மதமாக ஆட்சியாளர்கள் புகுத்துவதுதானே?

அப்படிப்பட்ட ஒரு பொது மதத்திற்கு நாங்களும் உடன் இருந்து பிரசாரம் செய்கிறோம். நாட்டில் தங்குதடையின்றி வளர்ந்துவரும் மதத்துவேஷத்தை ஒழிக்க வக்கில்லை, வந்துவிட்டார்களே, நமது மொழி எதிர்ப்பை நையாண்டி செய்ய. நையாண்டி செய்பவர்கள், விஷயங்களைத் திரித்துக் கூறுவார்கள்; பத்திரிகை மூலம், ரேடியோ மூலம் நம்மைப்பற்றிப் பொய்ப் பிரசாரம் செய்வார்கள். "நாங்கள் எங்கே கட்டாயம் என்று கூறினோம். 7 அல்லது 8 இந்திய மொழிகளில் ஒன்றைத்தானே மாணவர்கள் படிக்க

வேண்டுமென்று கூறுகிறோம்" என்பார்கள். நீங்கள் இதைக்கண்டு ஏமாந்து போய்விடக்கூடாது; யோசித்துப் பார்க்கவேண்டும்.

ஏட்டிக்குப் போட்டியா?

நான் ஒரு காஞ்சிபுரம் வாசி. எப்போதாவது பஸ் வழியாகச் சென்னை வருவேன். வரும் வழியில் எங்காவது ஒரு இடத்தில் பஸ் நிற்கும். அதன் பக்கலில் ஒரு சிற்றுண்டிச்சாலை இருக்கும். அதற்குள் நுழைந்து அங்குள்ள ஐயரை 'என்ன இருக்கிறது' என்று கேட்டால் "இட்லி உண்டு, தோசை உண்டு, அதற்குச் சட்ணியும் உண்டு, உங்களுக்கு என்ன வேண்டும்?" என்று கேட்பார். இட்லி ஆறிப்போயிருக்கும். தோசை உலர்ந்து போயிருக்கும். சட்ணி ஊசிப்போயிருக்கும். "என்னையா, எல்லாம் கெட்டுப்போயிருக்கே, ஏதாவது சூடா இருக்கிறதா?" என்றால், "நெருப்புதான் இங்கு சூடா இருக்கிறது' என்பார். அதைப்போல் இருக்கிறது, அவினாசியார் கூற்று. இந்தி அல்லது சமஸ்கிருதம் அல்லது உருது எடுத்துக்கொள்ளுங்கள் என்கிறார். "என்னையா, இத்தனையும் எங்களுக்குத் தேவையற்றதாய், எங்களுக்குக் கேடு செய்வதாய் இருக்கிறதே, வேறு நல்லதுண்டா?" என்று கேட்டால், "உண்டு, அத்து மீறினால் அடக்குமுறை உரிமைதான் என்கிறார். சர்க்காரை நடத்துபவர்கள் கையில் என்னென்ன சாதனங்கள் உண்டு என்பது எங்களுக்குத் தெரியும். அச்சாதனங்கள் உபயோகப்படுத்தப்படுவதைப் பார்த்திருப்பதால் அல்ல; அச்சாதனங்களை நாங்களே ஒருகாலத்தில் உபயோகப்படுத்திப் பார்த்திருப்பதால்தான். அச்சாதனங்கள் எந்த அளவுக்குப் பயன்படும், எங்கு அவை பயனற்றுப்போகும் என்பதும் எங்களுக்கு நன்றாகத் தெரியும். எங்கள்மீது அடக்குமுறைப் பிரயோகம் செய்வதற்காக நாங்கள் யாரையும் வெறுக்கவும் மாட்டோம். நாட்டில் குரோத உணர்ச்சியை வளரவிடவும் மாட்டோம். குரோத

உணர்ச்சி அமைதியைக் கெடுக்கும். அமைதி கெட்டால் தோல்விதான் கிடைக்கும் என்பது எங்களுக்குத் தெரியும்.

அன்னையையும், தமிழையும் காக்கத் துவக்கப்படும் போராட்டம் கட்டாயம் வெற்றி பெற்றே தீரும். நம் போராட்டம் வெற்றி பெறும் என்பது நம்மைவிட ஆட்சியாளருக்கே நன்கு தெரிந்திருக்கிறது.

இன்றேல், நீங்கள் நினைக்கிறீர்களா, கலியுக ஜனகர் என்று கருதப்படும் ராமசாமி ரெட்டியார் ஒரு நாஸ்திக ராமசாமியைக் கூப்பிட்டுப் பேசுவாரென்று? போராட்டத்தை நிறுத்த ஆற்றல் அவர்களுக்கு இருந்திருக்குமானால், நீங்கள் நினைக்கிறீர்களா, தாம் மகா பாபி என்று கருதும் பெரியார் ராமசாமியை அழைத்து ரமண ரிஷி சிஷ்யர் பேசுவார் என்று? அடக்குமுறையால் உரிமைப் போரைத் தடுக்க முடியுமா, முடியாதா என்பது அவர்களுக்குத் தெரியாததல்லவே !

அடக்குமுறை என்ன செய்யும்?

அடக்குமுறையால் என்ன செய்ய முடியும்? சில பேரைச் சிறையில் அடைக்கலாம்; சிலரை நொண்டியாக்கலாம்; சிலரைக் குருடராக்கலாம். இந்தத் துர் அதிர்ஷ்டம் வாய்ந்த திராவிட நாட்டில் ஒரு திராவிடனுக்கு ஒரு கை போனால் அவன் சட்டைத் துணியில் கெஜம் மீதியாகும். ஒரு கால் போனால், கால் சட்டைத் துணியிலிருந்து ஒரு! கெஜம் மீதியாகும். இரண்டு கால்களும் போய் நொண்டியானால் அவன் இரண்டு காலுள்ளவனைக் காட்டிலும் அதிகமாக ஆரியத்திற்குச் சேவை செய்ய முடியாது. கை போனாலும், கால் போனாலும் கருத்தாவது நிலைத்து நிற்கும்.

தொண்டர்கள் பிணமாக நேர்ந்திடினும், அவர்களுடைய கருத்து பிணமாகாது. அது அப்பிணத்தைச் சுற்றி நின்று அதைக்

கண்டோர்க்கெல்லாம் அக் கருத்தைத் தெரிவித்துக்கொண்டுதான் இருக்கும். எனவேதான், பிற கட்சிகள் கேட்காததை, கேட்கத் துணியாததை நாங்கள் கேட்கிறோம்.

அதுவும் பதவி கிடையாது, பட்டம் கிடையாது, சிறை செல்ல வசதியுண்டு, அடி படவும், உயிர் விடவும் வசதியுண்டு, வாருங்கள் துணிவிருந்தால், என்றுதான் தொண்டர்களை அழைக்கிறோம்! ஏன்? எங்கள் கருத்திலே, எங்களுக்கு அவ்வளவு தெளிவுண்டு; பற்றுதல் உண்டு; அக்கருத்தை நிலைநிறுத்த வேண்டுமென்ற ஆர்வமுண்டு; நிலைநிறுத்த முடியும், உயிர் கொடுக்கச் சித்தமாயிருந்தால் என்ற உறுதியுண்டு: உயிர் கொடுக்க எங்களுக்குத் துணிவுமுண்டு. எனவேதான், கண்ணிழந்தாலும் கருத்தை இழக்காமல் இருக்கவேண்டும் என்று பறை சாற்றி வருகிறோம். நம் கலாசாரத்தைக் குலைக்க வட நாட்டாரால் செய் யப்பட்டுவரும் கட்டுப்பாடான சூழ்ச்சியைக் கெடுக்கவே நாம் கைம்மாறு கருதாப் போர் தொடுக்கிறோம்.

கைம்மாறு கருதாப் போர்

இந்தக் கைம்மாறு கருதாப் போரைப்பற்றிக் காங்கிரஸ்காரர்கள் என்ன பேசிக் கொள்வார்கள், காங்கிரஸ் பத்திரிகைகள் என்ன எழுதும் என்பது பற்றி எங்களுக்குத் தெரியும். இந்தப் போரைக் கண்டிப்பாய் இருட்டடிப்புச் செய்யும்; 'யாரோ சில சு. ம. காலிகள் ஹிந்தி வேண்டாமென்று கூச்சலிட்டார்களாம். போலீஸ் அவர்களை இழுத்துச் சென்றதாம்' என்று பத்திரிகையில் எங்கேயாவது ஒரு மூலையில் வரும். அதன் பின் எங்கேயாவது பெரிய 'சந்திரலேகா விளம்பரத்தின் அடியில், கண்ணுக்குத் தெரியாத சிறு எழுத்தில் 'சு. ம. காலிகளுக்கு 6 மாத தண்டனை விதிக்கப்பட்டது என்ற செய்தி போடப்பட்டிருக்கும். ஆனால், காங்கிரஸ்காரர்கள் மறியல் செய்கிறார்கள் என்றால் பக்கம்

பக்கமாகச் செய்தி வெளிவரும். புகைப்படங்கள் கூடப் போடப்பட்டிருக்கும். அகில உலகத்திலும் செய்தி பரப்பப்படும். ரேடியோக்கள் அதிரும். அவ்வளவு பலம் பொருந்தியவர்கள் அவர்கள். அவர்களுடைய பித்தலாட்டத்தை வெளிப்படுத்தக்கூட போதிய சாதனம் இல்லாதவர்கள் நாம். நமக்குக் கருத்தில் தெளிவுண்டு; ஆனால் அதிகாரம் இல்லை. சாதனம் இல்லை. அவர்களுக்குக் கருத்தில் தெளிவில்லை. ஆனால், அதிகார சாதனம் அனந்தம் உண்டு. நாங்கள் யாரையும் ஆசை வார்த்தை கூறி, போரில் கலந்துகொள்ளும்படி அழைக்கவில்லை. வந்தால் கையுடைந்து போவீரோ, காலுடைந்து போவீரோ, கண்ணிழந்து போவீரோ, அல்லது திரும்பியே போகமாட்டீர்களோ, அது எங்களுக்குத் தெரியாது என்று கூறியேதான் தொண்டர்களை அழைக் கிறோம்.

சிறை சென்றால் நிலமில்லை

சிறைசென்று திரும்பினால் 6 ஏக்கர் நிலம் தருவதாகக் கூட எங்களால் வாக்களிக்க முடியாது என்று கூறித்தான் தொண்டர்களை அழைக்கிறோம். அதற்கு இணங்கித்தான் தொண்டர்கள் வருகிறார்கள். சென்ற ஹிந்தி எதிர்ப்புப் போரில் உயிர் நீத்ததால் முத்து, நடராசன் ஆகியோர் கல்லறையை உங்களுக்கு. ஞாபகமூட்ட விரும்புகிறேன். தமிழுக்காக உயிர்நீத்த அவர்களுக்குக் கிடைத்தது கல்லறை! கல்லறைதான் என்றாலும், அதுவும் ஒரு கருத்தைத் தெரிவிக்கின்றதல்லவா? அக் கருத்தை அழியாமல் இருக்கச் செய்யத்தான், அவர்களைப் போல் உயிரையும், அர்ப்பணம் செய்யத் தயாராக வாருங்கள் என்று கூறித் தொண்டர்களை அழைக்கிறோம். அப்படிப்பட்ட தியாகம், நிச்சயம் எதிரிகளைக் கட்டாயம் பணியவைக்கும். ஹிந்தியின் காதலால் கருத்தழிந்திருக்கும் முதலமைச்சரும் திராவிடர் ரத்தம் அறப்போரில் சிந்தப்படுவதைப் பார்ப்பாரானால் நிச்சயம் கண்ணீர் விடத்தான் செய்வார். அதிகாரத்தில்

இருப்பதால் அக்கண்ணீரை வெளியிடுவது சற்று சங்கடமாக இருக்கலாம். அதனால் கண்ணீர் வெளிவராமலும் இருக்கலாம். அப்படியாயின் கண்களாவது கட்டாயம் சிவக்கும். கண்கள் சிவக்காவிட்டாலும் உள்ளம் சிவக்கும். அதுவே போதும்! வெதும்பும் திராவிடர் உள்ளம் ஒவ்வொன்றும் நமது வெற்றி நெருக்கத்தின் அறிகுறியாகும். அப்படிப்பட்ட உள்ள மாறுதலை உண்டாக்குவதற்குத்தான், போதுமான தொண்டர்கள் தேவை!

இன்பத் திராவிடத்தில் அந்நிய ஆதிக்கம் வளரவிடோம் !

அதற்காகத்தான் 'நாட்டு மொழியைக் காப்பாற்ற வீட்டுக்கோர் பிள்ளை தேவை' என்று கூவியழைக்கிறேன். வீட்டுக்கொரு பிள்ளை வேண்டும். அப் பிள்ளையைத் திருப்பியனுப்பக்கூடும் என்று நல்லுறுதி கூறக் கூட எங்களால் இயலாது. வெற்றிகிடைக்கும்வரை உயிரோடு இருந்தால் திரும்புவார்கள்; இன்றேல், தாலமுத்து, நடராஜனைப்போல் தம் கருத்தை மட்டும் விட்டுச் செல்வார்கள். இப்படிப்பட்ட தோழர்கள்தான் நமது போராட்டத்திற்குத் தேவை.

இந்திய உபகண்டத்திலேயே பெரியார் இராமசாமி ஒருவர்தான் வயது மூத்த அரசியல்வாதி. அரசியலில் ஒரு காலத்தில் அவருடைய சகாக்களாயிருந்த தோழர் காந்தியார் மறைந்தார்; அதற்கு முன்பே தாகூர் மறைந்தார்; இன்றுள்ள அரவிந்தகோஷ் இந்தப் பாபிகள் கண்களில் விழிப்பானேன் என்று ஆஸ்ரமத்திலேயே அஞ்ஞான வாசம் செய்கிறார்! எனவே, எஞ்சியுள்ள 70 வயது மூத்த ஒரே ஒரு பெரியார், ஹிந்தி எதிர்ப்பின் தலைவர் என்பதற்காகக் கைது செய்யப்படுவதைத் தமிழர்கள் காணட்டும்; ஓமாந்தூரார் ஆட்சியையும் காணட்டும்.

"இந்தத் தள்ளாத வயதில் அரசியல் லாபத்திற்காகவா சிறை செல்கிறார் பெரியார் ? அல்லது அவரைச் சார்ந்த எங்களுக்குப் பதவி வாங்கிக்கொடுக்கவா அவர் சிறை செல்கிறார்?" என்பவற்றைப் பொதுமக்கள் சிந்தித்துப் பார்க்கட்டும் ! அரசியல் பதவி வேண்டுமென்றால் கிளர்ச்சி நடத்தித்தானா பெறவேண்டும்? ஓமாந்தூராரை என் முதுகில் தட்டிக்கொடுக்கும்படி செய்தே என்னால் பதவிக்கு வந்துவிட முடியுமே! அது என்ன கஷ்டமா? ஓமாந்தூரார் சர்க்காரை---

காங்கிரஸ் சர்க்காரை---வானளாவப் புகழ்ந்தாலே போதுமே! அதை எதிர்ப்பதில்லை என்ற உறுதி கொடுத்தால் போதுமே! பதவி தானே காலடியில் வந்து விழுமே! யார் இல்லை என்று கூற முடியும்? எங்கள் சகாக்களாயிருந்த சர். ஷண்முகமும், டாக்டர் அம்பேத்காரும் என்ன பாப மன்னிப்புச் செய்துகொண்டு காங்கிரஸ் சர்க்காரில் பதவி பெற்றார்கள்? அவர்களைப்போல் நடந்து சுலபத்தில் பதவி பெறும் வழி எங்களுக்குத் தெரியாதென்றா நினைத்துக்கொண்டீர்கள்? அல்லது எங்களுக்குத் திறமையில்லை, மந்திரி பதவி வகிக்கவோ அல்லது வெளி நாட்டுக்குத் தூதுவராகச் செல்லவோ என்றாவது உங்களால் கூற முடியுமா? எங்களுக்கு வகை தெரியாதா? வக்கில்லையா அல்லது வன்மை யில்லையா? இருந்தும் ஓமாந்தூரார் ஆட்சியிடம் தடியடி பட எங்களுக்குப் பித்தமா பிடித்திருக்கிறது? எங்களுக்குப் பித்தம் பிடித்திருந்தால், எங்கள் சித்தத்தில் இவ்வளவு தெளிவிருக்காதே! பித்தம் யாருக்குப் பிடித்திருக்கிறது? எங்களுக்கா, ஆட்சியாளருக்கா என்பதைப் பொதுமக்களே, நீங்களே சிந்தித் துப் பாருங்கள்!

தினசரி ஆலோசனை!

பெரியாரின் அழைத்த குரலுக்குச் செவிமடுத்து அறப்போருக்குத் தயார் என்று தெரிவித்துக்கொண்ட தமிழ் நாட்டுப் பொது மக்களே! உங்களுக்கு எனது நன்றி. உங்கள் ஆதாவைக் கண்டுகொண்ட தமிழ் நாட்டின் முக்கிய ஏடாகிய 'தினசரி ' எழுதியுள்ளதைப் பாருங்கள். பெரியார் இராமசாமி தனது செல்வாக்கை இதற்குத்தானா பயன்படுத்தவேண்டும்?' என்று எழுதியிருக்கிறது. 'செல்வாக்கற்ற இராமசாமி' என்பது 'தினசரி' அலுவலகம் மட்டிலாவது செல்லரித்துப் போய் விட்டதற்காக நாம் மகிழ்ச்சியடைகிறோம்! 'வேறு பல நல்ல காரியங்களுண்டே! அவற்றிற்காகப் பயன்படுத்துவதுதானே' என்று அவர் ஆலோனை கூறியிருக்கிறார். அந்த ஆலோசனை நமக்குத் தெரியும். பெரியாருக்குள்ள செல்வாக்கை,

உதாரணமாக, தோழர் சொக்கலிங்கம் அவர்களை மந்திரியாகவோ அல்லது பிரதம மந்திரியாகவோ கூட ஆக்கப் பயன்படுத்தலாம்! இன்னும் கொஞ்சம் சுயநலம் இருந்தால், தோழர் வரதாச்சாரியாரை மந்திரியாக ஆக்கிவைக்கக்கூடப் பயன்படுத்தலாம்.

செல்வாக்குப் பெற்றதேன்?

ஆனால், பெரியார் இராமசாமிக்கு இவையெல்லாம் முக்கியமல்லவே. அவர் செல்வாக்குப் பெற்றதே தமிழர்களை அவர்களது அடிமைத் தளையிலிருந்து விடுவிக்கிறேன் என்று உறுதி கூறியதன் மூலம்தானே. அதற்குத்தானே அதன் ஆரம்பம் முதல் தொண்டாற்றி வருகிறார். அப்படி இருக்க, தமிழர் நலன் கெட அவர் பார்த்திருக்க முடியுமா? இது தெரியாமற் போனதென்ன, சொக்கலிங்கனார் மூளைக்கு. 'மதுவிலக்குக்காக மறியல் நடத்தட்டுமே' என்கிறார். நடத்துவோம், இப்போராட்டம் முடிந்ததும் ஆனால், 'தினசரி' எழுதிய தலையங்கத்தை மட்டும் யாரும் மறந்துவிடாதீர்கள்! இழந்துவிடாதீர்கள்! நன்றாகப் பத்திரப்படுத்தி வைத்துக்கொள்ளுங்கள் ! இந்தப் போராட்டம் ஏதாவது ஒரு வகையில் முடிந்து நாம் கள்ளுக்கடை மறியல் துவக்குவோமானால், அப்போது 'தினசரி' கட்டாயம் வேறு விதமாக எழுதும். அதை நீங்கள் பார்த்து உண்மையை உணர்ந்துகொள்ள வேண்டும். அத் தலையங்கத்தை ஏனோ சற்று அவசரப்பட்டு எழுதிவிட்டார் சொக்கலிங்கனார். அவர், சேலத்திற்கு முன்பு நம் கழகம் இருந்த நிலையை நினைத்துக்கொண்டு நாம் எங்கே மது விலக்கு மறியலில் ஈடுபடப்போகிறோம்?' என்று எழுதிவிட்டார். சேலத்திற்கப்புறம் நமது கழகம் புதிய உருவம் பெற்றிருப்பதை, புதிய உத்வேகம் பெற்றிருப்பதை 'தினசரி' ஆசிரியர் அறியார். அதனால்தான் அப்படி எழுதிவிட்டார். நாம் கள்ளுக்கடை மறியலைத் துவக்கி இருந்திருப்போம்.

ஆனால் அது தேவையில்லாது சட்ட ரீதியாக மது ஒழிப்பு நடந்துவிட்டது.

கள்ளுக் கடையும் மார்வாரிக் கடையும்

ஆனால் நாடார் கள்ளுக்கடை முன் மறியல் நடத்தும் போது, அதன் அருகில் ஷராப்புக்கடை மார்வாரி மெத்தையில் சாய்ந்துகொண்டிருப்பதை நாம் பார்த்துக்கொண்டிருக்க முடியுமா? பாலைவன தேசத்தவரான பிர்லாவும், டாடாவும், டால்மியாவும் இங்கு நம் பணத்தைக் கொள்ளையடித்துக்கொண்டிருப்பதை நம்மால் பார்த்துக்கொண்டிருக்க முடியுமா?

தொண்டைமண்டலப் பள்ளிமுன் துவக்கிய மறியல் எங்கு போய் நிற்கும் என்று நினைக்கிறீர்கள்? நிச்சயம் தொண்டைமண்டலப் பள்ளியோடு நிற்காது. ஹிந்திப் போராட்டம் நடக்கும்போது ஜெர்மன் நாட்டிலிருந்து வரவழைக்கப்பட்ட படத்தை மாட்ட டால்மியா கம்பெனி சிமென்ட் பூசப்பட்ட சுவரில் டாடா கம்பெனி தயாரித்த ஆணியை அடிக்கும்போது நம் மனம் சும்மா இருக்குமா? அந்தச் சுவரில் அடிக்கும் ஒவ்வொரு டாடா கம்பெனி ஆணியும் நமது நெஞ்சில் அடிப்பதுபோல் இருக்குமே! அப்போதுதான் நமது ஹிந்தி எதிர்ப்புப் போராட்டம் தன் முழு உருவத்தோடு காட்சியளிக்கும்!

கள்ளும், சாராயமும் சொற்ப நேரத்திற்கே, போதை உள்ளவரைக்குத்தான், நம் மனதை மயக்கி நிற்கும். ஆனால், வடநாட்டுக்கலாசாரமோ, வடநாட்டு ஆதிக்கமோ, நம்மை எப்போதும் பீடித்து நிற்குமே! எனவே, அதை முதலில் கவனிக்கிறோம்.

பட்டி. தொட்டி யெல்லாம் பரவும் மறியல்

வடநாட்டு வியாபாரிகளின் கடைகளின் முன் நிச்சயம் நாம் மறியல் தொடங்குவோம். அது 'தினசரி' ஆசிரியருக்குக் கொஞ்சமேனும் உதவியாயிருக்கக்கூடும். அவரை ஒரு வடநாட்டு கோயங்கா படுத்திய பாட்டை அவர் மறந்தாலும் நாம் மறந்துவிட முடியாது. அதே கோயங்காவிடம் ஒரு தென்னாட்டுச் சிவராமன் சிக்கிச் சீரழியும் பாட்டையும் நாங்கள் அறிந்தேயிருக்கிறோம்

தென்னாட்டவரின் மூளை வடநாட்டவருக்கு ஆட்பட்டு அழியவும், தென்னாட்டவரின் உழைப்பு பர்மாவிலும், மலேயாவிலும், தேயிலை, ரப்பர், காப்பித் தோட்டங்களில் பாழாய்ப் போகவும் நம்மால் பார்த்துக்கொண்டிருக்க மூடியாது.

எனவே, நம் போராட்டம் தொண்டைமண்டலப் பள்ளியிலிருந்து தங்கசாலை நெடுகச் செல்லும்; அங்கிருந்து சைனா பஜார் செல்லும்; மவுண்ட் ரோடு செல்லும்; கோவை செல்லும்; திருச்சி செல்லும்.

எங்கெங்கு ஒரு மார்வாரி, ஒரு குஜராத்தி, ஒரு மூல்தானியன் காணப்படுகிறானோ அங்கெல்லாம் போராட்டம் நடைபெறும். சர்க்காருக்குப் புத்தியிருந்தால் சமரசத்திற்கு வரட்டும். இன்றேல் நம்மாலானதை நாம் தொடர்ந்து நடத்திக்கொண்டு போவோம். சர்க்கார் கடுமையான நடவடிக்கை எடுக்க எடுக்க நமது போராட்டம் கல்வித் துறையை விட்டுப் பொருளாதாரத் துறையில் செல்லும். கல்வித் துறையில் போராட்டம் நடந்தால், நேருவும் பட்டேலும் பார்த்துச் சிரித்துக்கொண்டிருப்பார்கள்; சகித்துக்கொண்டிருக்கவும் முடியும். பொருளாதாரத் துறையில் போராட்டம் துவக்கப்பட்டாலோ அவர்கள் சும்மா

பார்த்துக்கொண்டிருக்க முடியாது. அப்போது கூப்பிடுவார்கள், நமது மந்திரிகளை. பிரத்தியேக விமானம் அனுப்பிவைப்பார்கள், உடனே வந்து போகும் படி. உடனே ஏதாவது சமரசம் செய்துகொள்ளும்படியும் கூறிவிடுவார்கள். அப்போதுதான் இந்த மந்திரி சபைக்கும் புத்தி வரும். ஆண்டை ஆணையிட்டாலொழிய ஆளமுடியாதவர்களாக ஆகிவிட்டனர், நமது மந்திரிகள், எடுத்ததற்கெல்லாம் டெல்லி செல்ல நேரிட்ட காரணத்தால்.

1948ல் தங்கசாலையில் துவங்கும் போர் விரைவில் பட்டி, தொட்டி பூராவும் பரவுவது நிச்சயம்!

போர் துவங்குகிற இந்த நேரத்தில்--மாண்பு மிக்க தமிழ் காக்கப் போர் துவங்கும் இந்த நேரத்தில்--நாம் ஓர் உறுதி எடுத்துக்கொள்ளவேண்டும். போரை மிக மிக அமைதியாக நடத்த நாம் உறுதி எடுத்துக்கொள்ள வேண்டும்.

தொண்டர்களுக்குப் பாராட்டு!

போராட்டத்தில் கலந்துகொள்ள முன் வந்துள்ள தோழர்களை நான் மனமாரப் பாராட்டுகிறேன்!

இப் போராட்டத்திற்குத் தலைமை ஏற்று நடத்துபவர் பெரியார். இவர் காங்கிரஸிலிருந்து விலகியது காஞ்சிபுரத்தில். இந்த எதிர்ப்பில் முதலாவது சர்வாதிகாரியாக இருக்கும் வாய்ப்புப் பெற்ற நான் வசிக்குமிடம் காஞ்சிபுரம். எனவே காஞ்சிபுரத்திற்கும் காங்கிரஸிற்கும் ஏதோ பரம்பரைப் பகைமை இருந்து வருகிறது போலும்!

எனவே இந்தி மொழி, அதுவும் சிறு வயதுப் பிள்ளைகளுக்குக் கூடாது என்பதே இன்றைய போராட்டத்தின்

கொள்கையேயன்றி, பள்ளிக்கூடங்களுக்கு மாணவர்கள் அறவே போகக்கூடாதென்பதல்ல, இப்போது துவக்கியுள்ள போராட்டத்தின் லட்சியம். அவ்வித அரசியல் கபோதித்தனம் காங்கிரசாருக்குச் சொந்தமேயன்றி, இந் நாட்டு மக்களின் நல்வாழ்வுக்கான வகையில் பணியாற்ற முற்பட்டுள்ள வேறு எவருக்கும் இருக்க முடியாது.

★ ★ ★

9 788198 814319

Printed at Repro India Ltd.